விரும்பித் தொலையுமொரு காடு

பிரமிளா பிரதீபன்

யாவரும் பப்ளிஷர்ஸ்

The views and opinions expressed in this book are the author's own. The facts contained herein were reported to be true as on the date of publication by the author to the publishers of the book, and the publishers are not in any way liable for their accuracy or veracity.

- விரும்பித் தொலையுமொரு காடு ● சிறுகதைகள் ● பிரமிளா பிரதீபன் ©
- முதல் பதிப்பு : டிசம்பர் 2021

- Virumpit tolaiyumoru kāṭu ● Short stories ● Piramila Pradeepan ©
- First Edition : December 2021

- Pages : 124 ● Price : ₹ 150/-
- ISBN : 9789392876318

Released by :

M/s. Yaavarum Publishers
24, Shop no - B, S. G. P Naidu Complex,
Dhandeeswaram Bus Stop
Opp: Bharathiar Park
Velachery Main Road
Velachery, Chennai - 600 042

90424 61472 / 98416 43380
editor@yaavarum. com
Url : www. yaavarum. com; www. be4books. com

Designed by : Gopu Rasuvel

All rights, including professional, amateur, motion pictures, recitation, public reading, broadcasting and the rights of translation into foreign languages are strictly reserved. No part of this book may be reproduced in whole or in part or utilized in any form or by any means electronic or mechanical, including photocopying, recording or by any information storage and retrieval system now known or hereafter invented, without the prior written permission of the author/publisher.

பிரமிளா பிரதீபன் கதைகள் — ஒரு வாசிப்புக் குறிப்பு

பேரா. அ.ராமசாமி

கடந்த கால் நூற்றாண்டுக்கால இலங்கைத் தமிழ் இலக்கியத்தைப் போரின் பின்னணியிலேயே வாசித்துப் புரிந்து கொண்டிருக்கிறது தமிழக வாசகப்பரப்பு. ஆனால் எனது வாசிப்பின் தொடக்கம் அப்படியானதல்ல. காத்திரமான இலக்கிய வரலாற்றுப் பார்வைக்காகவும் இலக்கியத் திறனாய்வுக்காகவும் இலங்கையின் ஆளுமைகளை வாசித்த தொடக்கம் என்னுடையது. அத்தோடு கே.டானியலின் புனைகதைகளும் ஜீவாவின் மல்லிகையும் எனது தொடக்கநிலை வாசிப்புக்குள் இருந்தன.

1990—களில் அதில் பெருமாற்றம். மொழிச்சிறுபான்மையின் அச்சமாகவும் இன ஒதுக்கலை உணர்தலின் வெளிப்பாடாகவும் கொண்ட கவிதைகளின் வரவால் இலங்கை எழுத்தென்பது ஈழப்போராட்டத்தின் எழுத்துகளாக மாற்றம் பெற்றன. போராட்டங்கள் போர்களாக மாறிய நிலையில் போர்க்கள எழுத்துகளைப் போர்க்கால எழுத்துகளாக வாசித்துக் கொண்டிருந்தேன். மலையகம், கிழக்கிலங்கைப் பகுதி எழுத்துகள் தமிழ்நாட்டிற்குள் வந்துசேரும் வழியில்லாத நிலையில் ஈழப்போர்ப் பின்னணியைக் கொண்ட புனைகதைகள் தமிழ்நாட்டின் பதிப்பகங்களிடம் வரவேற்புப் பெற்றன. ஆனந்த விகடன் போன்ற பெரும்பத்திரிகைகளிலும் காலச்சுவடு, உயிர்மை, தீராநதி, அம்ருதா போன்ற இடைநிலை இதழ்களிலும் கிடைத்த தனித்தனிச் சிறுகதைகளோடு, பெரும் நாவல்களும் வாசிக்கக் கிடைத்தன. அந்த வாசிப்பு போர்க்கால முரண்பாடுகள், சிதைவுகள், அவலங்கள் ஆகியனவற்றோடு புலப்பெயர்வின் வலிகளையும் அலைவுகளையும் எனக்குள் கொண்டுவந்து சேர்த்தது.

இத்தொடர்ச்சியில் இன்னொரு மாற்றமாக அமைந்தது எனது முதல் இலங்கைப் பயணம். 2016 செப்டம்பரில் 15 நாட்கள் இலங்கைத் தமிழ்ப் பகுதிகளுக்குள் தங்கியிருந்தேன். அதிகமாக ஒரு வாரம் மட்டக்களப்பில் இருந்தேன். அந்தப் பயணத்தின் போது இலங்கைத் தமிழ் இலக்கியப் பரப்பின் வேறு சில தளங்களை அடையாளப்படுத்தும்

பனுவல்கள் வாசிக்கக் கிடைத்தன. கிழக்கிலங்கையின் இசுலாமியத் தமிழ் எழுத்துகள் அதிகமும் கவிதைகளாக வெளிப்பட்டிருக்க, மலையகத்தின் பாடுகள் பாடல்களாகவும் கதைகளாகவும் கிடைத்தன. மலையக எழுத்தாளர்களின் பெயர்களைச் சொன்ன நண்பர் ஒருவர் இலங்கை அரசின் விருதொன்றிற்கான பட்டியலில் இடம்பெற்ற 'கட்டுபொல்' என்ற பெயரைக் குறிப்பிட்டார். அந்தப் பெயரோடு தான் பிரமிளா பிரதீபன் என்ற பெயர் அறிமுகமானது.

ஐரோப்பியக் காலனித்துவ நாடுகளான இந்தியா, இலங்கை, மலேசியா போன்ற நாடுகளின் மலையகத்துத் தோட்டப்பயிராக இருந்தவை தேயிலையும் ரப்பர் மரங்களும். காலனியாட்சியின் முடிவுக்குப் பின்னர் மலேசியாவிலும் இலங்கையிலும் செம்பனை மரங்கள் தோட்டப்பயிர்களாக மாறின. செம்பனைகளின் வரவின் பின்னால் மலையக மக்களின் வாழ்க்கையின் பாடுகளும் மனித உறவுகளும் எத்தகைய துயரங்களைக் கடந்து கொண்டிருக்கின்றன என்பதை விவரித்த கட்டுபொல் நாவலை 'பிடிஎப்' வடிவமாகப் பெற்று வாசித்ததின் தொடர்ச்சியாகவே பிரமிளாவின் எழுத்துகளைத் தொடர்ச்சியாக வாசிப்பவனாக மாறினேன்.

இணையத்தள இதழ்களின் வளர்ச்சிக்குப்பின் புலம்பெயர் எழுத்துகளும் இலங்கைத் தமிழ்ப்புனைவுகளும் கிடைப்பது எளிதானது. பிரமிளாவின் சிறுகதைகளை வெளியிட்ட ஜீவநதி போன்ற அச்சிதழ்களும் எனக்கு இணையம் வழியாகவே கிடைத்த நிலையில் அவரது சிறுகதைகள் ஒவ்வொன்றையும் அதன் வெளியீட்டுக் காலங்களிலேயே வாசித்திருக்கிறேன். இப்போது இத்தொகுப்புக்கு எழுதும் வாசிப்புக்குறிப்புக்காகவும் (Reader's Note) திரும்பவும் வாசித்தேன். அவரது சிறுகதைகள் அதிகமான நிகழ்வுகளை எழுதிக்காட்டியன அல்ல; பெரும்பாலும் ஒற்றை நிகழ்வை முன்வைத்துக் கொண்டு அதில் இடம்பெறும் ஒரு பாத்திரத்தின் மனவோட்டங்களை எழுதிக்காட்டும் வடிவத்தைத் தெரிவுசெய்பவை.

நிகழ்வை முன்வைப்பதற்காக கதை நிகழும் இடத்தை விவரிப்பதில் தொடங்கி, அதற்குள் நுழையும் பாத்திரத்தின் அசைவுகளை முன்வைத்துவிட்டு மனத்தின் குரலை உரையாடல்களாக மாற்றிவிடும் உத்தியை அவரது கதைகளில் வாசிக்கலாம். உரையாடலிலும் கூட இரண்டு பேர் கொண்ட உரையாடலை அதிகம் பயன்படுத்தாமல் ஒரே பாத்திரம் தனக்குள்ளே கேள்விகளை எழுப்பிக் கொண்டு பயணிக்கும் முறையில் அமையும் உரையாடல்களாக அமைக்கப்பட்டிருக்கும். இந்த உத்தி பாத்திரங்களின் உளவியல் நிலைப்பாடுகளையும் அலைவுகளையும் எழுதிக்காட்டுவதற்கேற்ற ஒரு உத்தி. அலைவுகளை

எழுதும்போது பிரமிளாவின் பாத்திரங்கள் பெரும்பாலும் பயணங்களை மேற்கொள்கின்றன. ஓரிடத்தில் அமர்ந்து மனதை மட்டும் அலையவிடும் பாத்திரங்களாக இல்லாமல், மன அலைவுகளை அசைபோட்டபடி பயணிக்கும் பாத்திரங்களாக இருக்கின்றன. ஒரு தெருவிலிருந்து இன்னொரு தெருவிற்கோ, ஓரிடத்திலிருந்து இன்னொரு இடத்திற்கோ பயணிக்கும் அப்பாத்திரங்கள் பெரும்பாலும் கால்நடையாகவே அதிகம் பயணிக்கின்றன. மலைப்பிரதேசத்திலும் காட்டு வழியிலும் பயணித்துக்கொண்டே நினைவலைகளையும் பரவவிட்டுக் கொண்டே நகரும் அப்பாத்திரங்கள் வாசிப்பவர்களையும் பயணிகளாக மாற்றிவிடும் லாவகத்தைக் கொண்டிருக்கின்றன.

எழுதப்படும் வெளியில் என்னவெல்லாம் இருக்கின்றன என்பதை விவரிக்கும் மொழிக்குப் பதிலாக ஒவ்வொன்றையும் உணர்த்தும் மொழியைக் கொண்டு வாசகர்களைப் பாத்திரத்தோடு இணைந்து பயணிக்கச் செய்யும் பிரமிளா, தான் முன்வைக்கும் மையப்பாத்திரங்களின் எண்ணங்களையும் விவாதங்களையும் முடிவுகளையும் வாசிப்பவர்களிடம் கடத்தி ஏற்கச் செய்யும் உத்தியாக அதனைக் கையாண்டுள்ளார்.

வடிவச் செழுமையும் மொழிப்பயன்பாடும் கைபிடித்துக் காட்டும் காட்சிச் சித்திரங்களும் கொண்ட பிரமிளாவின் கதைகள் வாசிப்புத் திளைப்பைத் தரும் வல்லமையுடைய கதைகள் என்பதை உறுதியாகச் சொல்ல முடியும். தொகுப்பிலுள்ள ஒவ்வொரு கதையும் ஒவ்வொரு விதமானவை. வடிவ ரீதியாகவும் பேசுபொருள் நிலையிலும் முந்திய கதைகளை நினைவூட்டாத கதைகள். ஜில் பிராட்லி, நீலி போன்ற கதைகள் புதிய சோதனைகளை முயற்சித்துள்ள கதைகள். ஆனால் எழுதுபவரின் வாழ்க்கைப் பார்வை குறித்த ஓர்மை கொண்ட கதைகள். அவரது கதைகளின் மையப்பாத்திரங்கள் பெரும்பாலும் பெண்களே. குறிப்பான சூழலில் தன்னை நிறுத்திக்கொண்டு அச்சூழல் தரும் நெருக்கடியிலிருந்து தங்களை மீட்டுக்கொள்ளும் பெண்களை – உடல் வலிமையை விடவும் புத்திக்கூர்மையைப் பயன்படுத்தும் பெண்களைக் கதைக்குள் உயிர்ப்பித்துக் காட்டியுள்ளார். இந்த முன்வைப்புகளெல்லாம் எந்தெந்தக் கதையில் வெளிப்பட்டுள்ளன என்று எடுத்துக்காட்டி விளக்கப் போவதில்லை. அதனை வாசிப்பவர்களுக்கு விட்டுவிடுகிறேன்.

என்னுரை

எனக்கென ஒரு விசித்திர உலகைக் கற்பனையின் வழியே சிருஷ்டித்துக்கொண்டு, அதற்குள்ளாகவே அவ்வப்போது சஞ்சரிக்கும் பழக்கத்தை எப்போதிலிருந்து ஆரம்பித்தேனெனச் சரியாகச் சொல்லத் தெரியவில்லை.

அம்மாயவுலகு தன் வெளிகள் தோறும் எனக்குப் பிடித்ததான பலநூறு உணர்வுகளையும் காட்சிகளையும் உருவமற்ற அந்தர நிலையில் அசைய விட்டிருந்தது. மேலும், வாய்க்கும் போதெல்லாம் அது என்னை உள்ளீர்த்துக் கொள்ளவும் விரும்பியது.

யதார்த்த வாழ்வில் பல்வேறு கதாபாத்திரங்களுக்குள் உழன்று திரியும் என்னை, மிதக்கும் அந்த உணர்வுலகத்தில் செலுத்த முனையும் பொழுதிலேயே, ஒன்றில் இலக்கியம் படிக்க அல்லது படைக்க எனக்கும் முடியுமாயிருந்தது. என்றாலும் இது மிக அரிதாகவே நடைபெற்றது. அல்லது நடைபெறுகிறது.

அந்த மாயவெளிகளினூடே நான் மீட்டெடுத்ததும் என்னை நெருடிக் கொண்டிருப்பதுமான ஒருசில காட்சிகளையே நான் சிறுகதையாக்க முயற்சித்திருப்பதாய் பின்னாளில் என்னால் உணர முடிந்தது. கூடவே அக்கதைகளிலெல்லாம் ஏதோ ஒரு வடிவத்தில் நான் உள்நுழைந்திருந்தமை பற்றிய உவந்திடலும் எனக்குச் சாத்தியமாகவே இருந்தது.

அதன் அடுத்த கட்ட நகர்வெனவும் எனக்கான அடையாளத்தை தேடித்தரும் நிகழ்வெனவுமே ‘யாவரும்’ பதிப்பகத்தினூடாக வெளியீடு செய்யப்படும் இத்தொகுதியினை நான் கருதுகிறேன்.

‘யாவரும்’ பதிப்பகத்தாருக்கும் அணிந்துரை வழங்கி இந்நூலிற்கு பெருமை சேர்த்த பேராசிரியர் அ.ராமசாமி அவர்களுக்கும் எல்லா தருணங்களிலுமாய் என்னுடன் துணை நிற்கும் என் பெற்றோருக்கும் கணவர் திரு. பிரதீபன் மற்றும் குழந்தைகள் சந்தோஷ், லிதிர்ஷா ஆகியோருக்கும் மிக்க அன்பும் நன்றிகளும்.

பிரமிளா பிரதீபன்

pramilaselvaraja@gmail.com

நன்றி
....
ஞானம்
வனம்
கனலி
யாவரும்
சிறுகதை மஞ்சரி
ஜீவநதி
நடு

உள்ளடக்கம்

1.	ஜில் ப்ராட்லி	11
2.	பகற்கனவு	23
3.	ஓரிரவு	36
4.	விரும்பித் தொலையுமொரு காடு	41
5.	ஒரு அரசமரமும் சில வெளவால்களும்	50
6.	மாட்டியா	55
7.	உரப்புழுக்கள்	63
8.	அது புத்தனின் சிசுவல்ல	75
9.	கமீலே டொன்சியுக்ஸின் ஜோடித் தோடுகள்	89
10.	நீலி	101
11.	அல்லிராணி	110

ஜில் ப்ராட்லி

'**என்** பெயர் ஜில் ப்ராட்லி என்பதை நீ நம்புவதற்கு என்னுடைய கபிலநிற கண்களும் பளீர் வெள்ளை நிறமுமே காரணமாய் இருப்பதை நீ ஒத்துக்கொள்கிறாயா?'

சிவநேசனை வீடியோ தொடர்பில் அவளாகவே அழைத்த முதலாவது முறை இது. ஏறக்குறைய அவளை படங்களில் அல்லாமல்நேரில் பார்க்கும் முதற் சந்தர்ப்பமும் இதுதான்.

ஜில் ப்ராட்லி இளஞ்சிவப்பு நிறத்தினாலான சட்டையொன்றை அணிந்திருந்தாள். கழுத்தில் மெல்லிய சங்கிலியொன்று கிடந்தது. தலைமுடி விரித்து விடப்பட்டிருந்தது. மெலிதாய் லிப்ஸ்டிக் போட்டிருந்தாள். முகப்புத்தகப் படங்களில் பார்ப்பதை விடவும் அழகாய் தெரிந்தாள். தன் வயதை அவள் ஒருபோதும் சொல்லியதில்லையென்றாலும் முப்பத்தைந்தை தாண்டியிருக்க முடியாத தோற்றமாயிருந்தது.

தொடர்ந்து அவள் ஆங்கிலத்திலேயே பேசிக் கொண்டிருந்தாள்.

'உன்னை என் நெருங்கிய நண்பனாக்கி கொண்டதற்கான காரணம் எதுவென்று தெரியுமா?'

அவன் இல்லையென்பதாய் தலையாட்டினான்.

'நீ இப்போது விபாகரன் இருக்கும் அதே கண்டத்தில் வசித்துக்கொண்டிருக்கிறாய். தவிர அவன் பேசும் அதே மொழியை அதே தொனியில் பேசுகிறாய்'

சிறிது மௌனத்திற்குப்பின் அவளே தொடர்ந்தாள்.

'இப்போது விபாகரன் யார் என்பதை நீ யோசிப்பாய். அல்லது ஊகித்திருப்பாய். அப்படி ஊகித்திருந்தாயானால் அது சரிதான். அவன் என் முந்நாள் காதலன்.'

அவளது நா குழறியது.

'நீ குடித்திருக்கிறாயா?' என்றான்.

பிரமிளா பிரதீபன் ★ 11

அவள் சிரித்தாள்

'ஆமாம் இது இரண்டாவது முறை'

'முதலாவதாக எப்போது குடித்தாய்?'

'என் விபாகரனை பிரிந்தபோது. ஆனால் அப்போது குடிப்பதற்கு விஸ்கியோ பியரோ எதுவும் கிடைக்கவில்லை. பண்டார மாமாவிடம் கசிப்பு வாங்கி குடித்தேன்.'

சிவநேசனுக்கு அந்த விபாகரனைப் பிடிக்கவில்லை. அவன் ஏன் பிரிந்தான் எனும் கதையைக் கேட்கும் விருப்பம் துளிகூட இருக்கவில்லை.

'நீ ஓய்வெடு. நாளை பேசிக்கொள்ளலாம்' என்றான்.

'இல்லை இன்னும் பேசவேண்டி இருக்கிறது. நீயும் அடிக்கடி என்னை பற்றி சொல்ல கேட்டிருக்கிறாய்;. இப்போதுதான் சொல்ல வேண்டுமென்று தோன்றுகிறது.'

சிவநேசனுக்கு ஜில் ப்ராட்லி மீது அளவுகடந்த விருப்பம் இருந்தது. அவள் மிகச்சிறப்பாக ஓவியம் வரையக்கூடியவளாக இருந்தாள். அவளது எண்ணிக்கையற்ற இரசிகர்களில் சிவநேசனும் ஒருவனாக இருந்தானெனினும் அதைத்தாண்டி அவள் அவனிடம் நட்பை பேணுமளவிற்கு சில அதிகபட்ச தகுதிகளும் அவனுக்கு இருந்தன.

சிவநேசன் ஒரு கவிஞனாயிருந்தானென்பதை விட ஆங்கிலம் தெரிந்த தமிழ் கவிஞனாக இருந்தானென்பதையே அவள் அதிகமாய் விரும்பினாள்.

இருவருமாய் பரஸ்பரம் தங்களது படைப்புகளை விமர்சித்துக் கொள்வார்கள். நீண்ட நேரமாய் கலை, இலக்கியம், ஓவியம் பற்றியெல்லாம் குறுஞ்செய்தியூடாக விவாதிப்பாரர்கள். என்றாலும் இலக்கியம் தாண்டியதொரு வெளியை ஒருபோதும் அவர்கள் தொட முயற்சித்ததில்லை.

'நீ ஏன் திருமணம் செய்து கொள்ளவில்லை?' என ஒரே ஒரு தடவை ஜில் ப்ராட்லி அவனிடம் கேட்டிருக்கிறாள்.

திருமண வாழ்வு எனக்கு உடன்பாடான ஒன்றல்ல என்பதுடன் உச்ச அளவிலான ஒரு சுதந்திர வாழ்வையே நான் விரும்புகிறேன் என்று சிவநேசன் கூறியிருந்தான்.

அவன் யாழ்பாணத்தைச் சேர்ந்தவன் என்பதை அவ்வப்போது

அவன் தமிழில் பேசும் போது அறிந்துகொண்டாளேவொழிய அவனது சொந்த விபரங்களைத் தேடியறிய வேண்டுமென அவள் நினைத்ததேயில்லை.

ஆனால் சிவநேசனுக்கு அவளை ஆழமாக அறிந்துகொள்ள வேண்டுமென்பதில் அதிக ஆர்வமிருந்தது.

'நீ ஒரு சிங்களத்தியாய் இருந்துகொண்டு இப்படி வடிவாய் தமிழ் கதைக்கிறாயே' என்று ஆச்சரியப்பட்டான். 'எனக்கும் சிங்களம் சொல்லித்தருகிறாயா' எனக் கேட்டான்.

ஒவ்வொரு முறை பேசும்போதும் சிங்களவர்கள் மீதான தனது அதீத வெறுப்பை கொஞ்சம் அதிகமாகவே கக்கிவிட்டு பின் அது பிழையோ என யோசிப்பான்.

சிங்களம் என்ற ஒற்றைச்சொல்லே மிகக்கசப்பானதாய் இருந்த போதிலும் ஜில் ப்ராட்லியை அவனுக்கு அதிகமாய் பிடித்திருந்தது. அவள் தனது பரம்பரைப் பெயரான அனோமா முணவீர என்பதை ஜில் ப்ராட்லி என மாற்றிக் கொண்டதற்கான காரணம் எதுவெனச் சரியாகத் தெரிந்திருக்காத போதிலும், அது அவனை மிக மகிழ்ச்சிப் படுத்துவதாயிருந்தது.

ஜில் ப்ராட்லி பேசும்போது கேட்டுக்கொண்டே இருக்கத் தோன்றும். அவளது தெளிவான ஆங்கில உச்சரிப்பும், அரைகுறையான தமிழ் உச்சரிப்பும் அவளை அதிகபட்ச அழகியாகக் காட்டும்.

அவள் ஓவியங்கள் பற்றியும் பல்வேறு ஓவியர்கள் பற்றியும் அதிகம் அறிந்தவளாய் இருந்தாள். சல்வடோர் டாலியின் ஓவியங்களைப் பற்றி அடிக்கடி பேசத்தொடங்கியிருந்தாள்.

அவரது ஓவியங்களைப் பார்க்கும் ஒவ்வொரு முறையும் தான் அதிசயித்துப் போவதாய் கூறுவாள். டாலியின் ஓவியங்கள் கனவு நிலைப்பட்ட உலகை உருவாக்குவதாயும் யதார்த்த உலகில் கண்டறியாத மிகைப்படுத்தப்பட்ட உருவங்கள் போன்று தோற்றமளிப்பதாகவும் எண்ணிக் கொண்டிருந்தாள். அவை கனவில் தோன்றுவதையொத்த மாயத்தன்மை உடையதென்றாள்.

மேலும் சர்ரியலிச வகையான ஓவியங்களே அவளை அதிகம் கவர்ந்திருப்பதாகவும் அத்தகையதொரு யுக்தியையே தானும் பின்பற்ற விரும்பவதாகவும் சொல்வாள். கனவு வசப்பட்ட நிலையை வெளிப்படுத்தும் கலை முயற்சியே சர்ரியலிசம் என்பதாய் வலியுறுத்தி சிவநேசனையும் அத்தகைய கவிதைகள் எழுதும்படி கேட்பாள்.

அவனும் மறுக்காமல் சரியென்பதாய் அப்போதிலெல்லாம் தலையாட்டி வைப்பான்.

அவளது எல்லா விளக்கங்களுக்கும் பின்னுமாய் வெளித்தெரியாமல் தொக்கி நிற்குமொரு ஏக்கம் நிரம்பி வழிவதாகவே அவனுக்குத் தோன்றும். ஆனாலும் 'நீ என்னை விரும்புகிறாயா?'என்று சிவநேசன் அவளிடம் இதுவரையிலும் கேட்டதில்லை.

வெறுமனே விரும்பி பின் விலகுதலில் அவளுக்குப் பிடிப்பில்லாமல் இருக்கலாம். அதையும் மீறி கேட்டுவிடலாமென்று எண்ணிக் கொண்டாலும், திருமணம் செய்துகொள்கிறாயா என அவள் பதிலுக்கு கேட்டுத் தொலைத்தால்...! அந்த பயமும்தான்.

அவள்ஏதோ ஒருவகையில் பாதிக்கப்பட்டவளாக இருந்ததுடன் அதனை சிவநேசனிடம் மட்டுமே வெளிப்படுத்த விரும்பினா ள் என்பதையும் சிலபொழுதுகளில் அவன் புரிந்திருந்தான்.

தான் ஒரு ஓவியராக உருமாறாமல் போயிருந்தால் மனநலவிடுதியில் தீவிர நோயாளியாகச் சேர்க்கப்பட்டிருப்பேன் என்று பிரைடாகாலோ தன்னுடைய நாட்குறிப்பில் கூறியிருக்கிறாளாம். சொல்லப்போனால் நானும் அவளையொத்தவள்தான் என்று ஜில் ப்ராட்லி பெருமை வழிய பலதடவைகள் அந்த ஓவியருடன் தன்னை ஒப்பிட்டுக் கொள்வாள்.

வேறொரு சந்தர்ப்பத்தில்,

'அநேகமான ஓவியர்கள் மனநிலை பாதிக்கப்பட்டு தற்கொலை செய்து கொண்டவர்களாகவே இருப்பதை போல நானும் என்றாவது ஒருநாளில் அப்படியொரு முடிவை எடுப்பேனோ தெரியவில்லை' என்றாள்.

இதையெல்லாமும் தாண்டி தமிழ்மொழி மீதும் தமிழர்கள் மீதும் மிகுந்த வாஞ்சையுடன் இருக்கிறாளென்பதையும், அளவு கடந்ததொரு விதத்தில் சிவநேசனை அவள் நேசிப்பதையும் தன் செயல்களினூடாக வெளிப்படுத்த விரும்புபவளாகவே அவள் தெரிந்தாள்.

இப்போதும் ஜில் ப்ராட்லி அதே போன்றதான ஒரு குழப்ப நிலையிலேயே தன்னுடன் பேசிக்கொண்டிருப்பதாய் எண்ணிக்கொள்ள முடிந்திருந்தாலும் குடித்துவிட்டு பேசுமளவிற்கான தற்போதைய தேவையென்ன என்பதனை அவனால் யோசிக்க முடியாமலிருந்தது. இச்சந்தர்ப்பத்தில் அவளுக்கு ஆறுதலளிக்க, அவள் பேசிக்கொண்டிருப்பதைக் கேட்பதொன்றே போதுமானதென நினைத்தான்.

'சரி... நீ விரும்பிய எதுவானாலும் என்னிடம் பேசலாம்" என்றான்.

எதைக் குடித்திருக்கிறாள்எனக் கேட்க வேண்டும் போலவும், கொஞ்சம் தயக்கமாகவும் இருந்தது. நேரம் செல்லச் செல்ல ஊர்ந்து பரவும் அந்த போதை அவளது கண்களைத் தொட்டுச் சொருக வைக்குமொரு தோற்றத்தை அளித்தது.

அவள் இடைக்கிடை சத்தமாக சிரித்துக்கொண்டாள். அப்படிச் சிரிக்கும்போது கையில் வைத்திருந்த அவளது ஐபேட் அதிர்ந்து, அறையில் கொழுவப்பட்டிருந்த விசித்திரமான ஓவியங்கள் சிலவும் சுழன்றுகொண்டிருந்த மின்விசிறியும் தென்பட்டன. அந்த ஓவியங்களில் சில வரைந்து முடிக்கப்படாமல் அரைகுறையாக மாட்டி வைத்திருப்பதாய் தெரிந்தது.

'நான் அழகாய் இருப்பதால்தான் என்னை உனக்கு பிடித்திருக்கிறதா சிவநேசன்?'

'முழுதாய் அப்படியென்று சொல்லிவிட முடியாது. உன் ஓவியங்களையும் நான் இரசிக்கிறேன்"

'என்னுடைய படங்களை நீ இரசித்ததே இல்லையா?'

அவன் சிறிது தயங்கி பின் மெதுவாகக் கூறினான். 'உன் கண்களையும் உதடுகளையும் இரசித்திருக்கிறேன்'

அப்படி அவன் கூறும்போது அவளைப் பார்க்கத் துணிவற்று தலையைத் திருப்பிக் கொண்டான்.

அவள் இப்போது, தான் கனவிலும் நினைக்காத ஒரு அடியை எடுத்து வைப்பதில் தனக்கு திறமை உள்ளதென நம்பியவளாய் அதீத பீடிகையற்று சடாரென்று கேட்டாள்.

'என்னை முழு நிர்வாணமாக பார்க்க விரும்புகிறாயா?'

சிவநேசன் ஒருகணம் அதிர்ந்து மீண்டான். அளந்து... நிதானித்து... ஒவ்வொரு சொல்லாய் உதிர்த்து பேசும் இவளிடமிருந்தா இக்கேள்வி வந்தது..!

'ஜில் நீ நிதானமாக இல்லை. நாளைக்கு...'

அவன் முடிக்கும் முன்பேயே 'சரியாக யோசித்து சொல். வேண்டுமா...? வேண்டாமா...?' என்றாள்.

சிறுநேர தாமதத்தையும் விரும்பாதவனாய் உடனே 'வேண்டாம்' என்றான்.

'காரணம் கேட்க நான் விரும்பவில்லை ஆனால் நீ என்னை காதலிக்கிறாய் என்பதை நான் அறிவேன்'

‘சரி விபாகரனை ஏன் பிரிந்தாய்?’ சிவநேசன் அந்தக் கதையை மாற்றிட முயற்சித்தான்.

ஒருதடவை ஆழ்ந்து மூச்சை உள்ளிழுத்து வெளிவிட்டுக்கொண்டாள்.

‘அவன் தமிழன் என்பதால்... அப்படியில்லையென்றால் அவன் யாழ்பாணத்தான் என்பதால்’

‘என்றாலும் நீ போராடி அவனை அடைந்திருக்கலாம். அல்லது தெரியாமலேனும் எங்கேனும் போயிருக்கலாமே’!

‘என் தந்தை தேடிப்பிடித்து எங்களை எரித்து சாம்பலாக்கியிருப்பார். இல்லையேல் என் குடும்பத்துடன் சேர்த்து வீட்டையே எரித்திருப்பார்.’

‘தொடர்ந்தும் அவனை காதலித்தபடியே இருந்தாயா?’

‘அவன் அப்போது உயிரோடு இல்லையென்று நினைக்கிறேன்”

‘நினைக்கிறேனென்றால்...!’ சிவநேசனுக்கு புரியவில்லை.

‘என் திருமணத்திற்கு பின் அவன் புலிகளின் இயக்கத்திற்கு போகப் போவதாய் தகவல் அனுப்பியிருந்தான்’

ஓரளவிற்கு அவள் சொல்லவிழைவதை சிவநேசனால் புரிந்து கொள்ள முடிந்தது.

‘அப்போது இறுதி யுத்தகாலமென நம்பப்பட்டது. அநேகமாக மொத்த ஈழமும் தம்வசப்பட்டு விட்டதென எங்கள் இனமே கொண்டாடி மகிழ்ந்து ஊர் மக்களுக்கெல்லலாம் பாற்சோறு விநியோகிக்கத் தொடங்கியிருந்தோம்’

சிவநேசனால் அச்சூழ்நிலையை அப்படியே உணர முடிந்தது. அவளது கண்களையே பார்த்துக் கொண்டிருந்தான்.

‘என் தந்தை அந்நிகழ்வுகளுக்கெல்லாம் தீவிரமாக தலைமை தாங்கியவர். உங்கள் தலைவனின் உருவத்தை பொம்மையாக செய்து எங்கள் வீட்டு முற்றத்தில்தான் எல்லோருமாய் ஒருமித்து எரித்து பஸ்மமாக்கினார்கள். அந்த உருபொம்மை எரிந்து முடியும் வரை சுற்றிச்சுற்றி ஆடிக் களித்திருந்தார்கள்.’

‘நீயும் சந்தோஷப்பட்டாயா?’

‘அதுபற்றி எனக்கு சொல்லத் தெரியவில்லை. ஆனால் விபாகரன் அந்த யுத்தகளத்தில் இருந்திருப்பான் என்பதை தெரிந்து வைத்திருந்தேன்... வெளியே காட்டிக்கொள்ள முடியாமல் வெம்பித் தவித்தேன்’.

ஏறக்குறைய அவள் பேசிக்கொண்டே அழத் தொடங்கியிருந்தாள். கண்களை ஒரு துவாயால் மென்மையாய் ஒற்றியெடுத்தபடி மீண்டும் தொடர்ந்தாள். அவளது கண் மை இலேசாக கலைந்திருந்தது.

'எங்கள் கிராமமே பட்டாசு சத்தம் அதிர கும்மாளமிட்டது. தெமலு பராதாய்... தெமலு பராதாய்... என்று கோஷமிட்டபடி கொண்டாடிக்கொண்டிருந்தனர். மகிழ்ச்சியை வெளிப்படுத்த தயங்கிய ஒருசில அயலவர்களை நீ புலியா? என்று கேட்டுக்கேட்டு அடித்து நொறுக்கினார்கள்.'

'உன் சூழ்நிலை தெரிந்திருந்தும் நீ ஏன் விபாகரனை தெரிவு செய்தாய்?'

சிவநேசன் அவளது பதிலை ஆர்வமாய் எதிர்பார்த்தான். அவள் அதற்கான பதிலை தவிர்த்தவளாய் தன்பாட்டில் பேசிக் கொண்டிருந்தாள்.

'அப்போது முழு நாட்டையும் தாமே உரிமையாக்கி கொண்டுவிட்டதாக அறிவித்திருந்தார்கள். என் உயிர் ஊசலாடிக் கொண்டிருந்தது. என் கொந்தளிப்புகள் துளியேனும் வெளியே தெரிந்துவிடக் கூடாதென அத்தனை கவனமாய் நடந்துகொண்டேன். அன்றைய தினக் கொண்டாட்டம் எங்கள் வீட்டில் என் கணவனின் ஏற்பாட்டில் நடைபெற்றது. என் கைகளாலேயே இறைச்சி துண்டுகளை மசாலா தடவி பொரித்தெடுத்து மகிழ்ச்சியாய் பறிமாறுவதை போல் பாவனை செய்தேன். வீதியெங்குமாய் தெருவுக்குத்தெரு கொடிகள் பறக்கவிடப்பட்டு உற்சாக உத்வேகம் மக்களது உறக்கத்தை மறக்கச் செய்திருந்தது.'

திடீரென யாரோ சத்தமாய் கூப்பிடுவது போல் சத்தம் கேட்டது. சற்று நேரத்தில் எடுப்பதாய் கூறிவிட்டு தொடர்பை துண்டித்தாள்.

சிவநேசன் கட்டிலில் சாய்ந்தபடி கண்களை மூடிக்கொண்டான். விபாகரனின் உருவை நினைவிற்குள் கொண்டுவர முயற்சித்தான். கிட்டத்தட்ட அவன் தன்னைப் போலவேதான் இருந்திருக்க வேண்டுமெனத் தோன்றியது. ஒரு கட்டத்தில் தனது உருவே நிழலாய் தெரியத் தொடங்கியதாய் உணர்ந்தான். தான் ஒரு தேர்ந்த காதலனாக மாறி அவளை அப்படியே ஏந்திக்கொண்டாலென்ன என்று நினைத்தான்.

பாரமான உணர்வொன்று அழுந்த, உறுத்திக் கொண்டிருப்பதாய் பட்டது. பின் ஏதேதோ யோசித்தவனாய், குவளையிலிருந்த சிறிதளவு தண்ணீரை ஒரே மடக்கில் பருகினான். கழுத்தைச் சாய்த்து

நீவிவிட்டுக் கொண்டான். ஒரே குழப்பமாய் இருந்தது. கொஞ்சம் தலை வலிப்பது போலவும். அவள் மறுபடியும் அழைக்கும் வரை தொலைபேசியையே வெறித்துப் பார்த்துக் கொண்டிருந்தான்.

சரியாக ஒரு பத்து நிமிட நேரத்தில் அவள் மறுபடியும் தொடர்பிற்கு வந்தாள்.

'மன்னித்துவிடு' என்றாள்.

அவள் ஆங்கிலேயர்களுடன் அதிகம் பழகுவதால் அவர்களது பழக்கவழக்கங்கள் அதிகமாய் அவளுக்குள் தொற்றியிருந்தன.

சிவநேசன் மிகுதி கதையைக் கேட்க அவசரப்படுவதாகக் காட்டிக் கொண்டான்.

'நீ ஓவியர் வான்கோ பற்றி கேள்வி பட்டிருக்கிறாயா? என்றாள்.

வேண்டுமென்றே அவள் கதையை மாற்றிப் பேச முனைவதாய் தெரிந்தது.

'உன் கணவனை ஏன் பிரிந்தாய் என்று சொல்'

'அவனுக்கு என் காதல் பற்றி ஒரு கட்டத்தில் தெரியவந்தது. ஒரு தமிழனையா காதலித்தாயென மிக அநாகரீகமாக வார்த்தைகளால் தொடர்ந்து சீண்டிக்கொண்டே இருந்தான். தமிழர்களுக்கு எதிரான எல்லா சதி வேலைகளையும் ஆர்வமாக செய்யத் தொடங்கினான். கிழமை தவறாமல் அதுபற்றி கதைப்பதற்கென்றே நண்பர்களை வீட்டுக்கு வரவழைத்தான். மேலும் ஒரு தமிழனை காதலித்தலென்பது மகா முட்டாள்தனமென்றும் அடிக்கடி கேலிசெய்து சிரித்தான்'

சிவநேசன் அசைவின்றி கேட்டுக்கொண்டிருந்தான்.

'எல்லா சிங்களவர்களும் கெட்டவர்களென்று நீ நினைக்கிறாயா?'

'இல்லை... நீ கூட சிங்களத்தி தானே!'

'நிஜமாகவே அதனை நீ நம்ப வேண்டும். தமிழர்களை புரிந்து கொண்ட ஏராளமான சிங்கள மக்கள் இல்லாமலில்லை. அவர்களை நீங்கள் பார்க்கத் தவறியிருக்கிறீர்கள். கூடவே அவர்களுடன் பழகும் சந்தர்ப்பத்தை வேண்டுமென்றே தவிர்க்கிறீர்கள்.'

'ம்ம்... சிலவேளைகளில் நீ சொல்வது சரியாகலாம்' என்றான்.

'ஆனால் என் தந்தையை போலவே என் கணவனும் மிகக்கெட்டவன். தமிழர்களை மொத்தமாக துவேசித்தான். என்னால் அவனது கருத்துக்களுக்கு உடன்பட முடியா ஒரு தருணத்தில் விலகிவிட்டேன். நான் எற்கனவே சொன்னது போல ஒரு 'பிரைடா காலோ' வாக மாறி வாழ்தலையே விரும்பத் தொடங்கினேன்.

'மறுமணம் பற்றி நீ யோசிக்கவில்லையா?'

'இல்லை நான் விபாகரனுடன் ஒரு கனவு வாழ்க்கை வாழ்ந்துக் கொண்டிருக்கிறேன். அது எனக்கு இயல்பாக சாத்தியப்படுகிறது. கிட்டத்தட்ட மூன்று வருடங்களாக... அவனால் என்னுடன் பேச முடிகிறது. எனக்குத் துணையாயிருந்து ஓவியம் வரைய முடிகிறது... சமயங்களில் என்னை புணர்ந்தும் மகிழ்விக்க முடிகிறது'

சிவநேசன் எதுவுமே பேசாமல் இருந்தான்.

'நீ பயப்படுகிறாயா?'

'இல்லை... ஆனால் ஏன் உன் பெயரை மாற்றிக் கொண்டிருக்கிறாய் என்று சொல்வில்லையே?'

'விபாகரன் செல்லமாய் என்னை ஜில் என்றுதான் அழைத்து பழகியிருந்தான். அதுவுமில்லாமல் யதார்த்த உலகிற்கு அப்பால் உள்ளவற்றை காண்பதே சர்ரியலிசம் என்று கூறியிருக்கிறேன் அல்லவா. அந்த கோட்பாட்டின் சான்றாக டாலியின் ஓவியங்கள் மட்டுமே இருப்பதாக நம்பத்தொடங்கியிருந்தேன். தொடர்ந்து டாலியின் வழியையே பின்பற்றி எனக்கான ஒரு அக உலகையும் உருவாக்கிக் கொண்டிருந்தேன். இவையிரண்டுமே என் வாழ்வுடன் இரண்டறக் கலந்து போயிருந்தமையால் அவரது பெயரின் ஒரு பகுதியையும் என் பெயருடன் பொருத்திக்கொள்ள வேண்டும் என்பதை விரும்பினேன். அதனை கொஞ்சம் மாற்றி யோசித்து ஜில் ப்ராட்லி என ஆக்கிக் கொண்டேன்.'

மறுபடியும் அவள் 'பயமாக இருக்கிறதா' என கேட்டால் 'ஆம்' என்று சொல்ல வேண்டும் போல் இருந்தது அவனுக்கு. ஆனால் அவள் அப்படிக் கேட்காமல் தனது இயல்பு நிலையைத் தாண்டி பேசிக்கொண்டேயிருந்தாள். இடையிடையே அவளது கண்கள் அனிச்சையாய் மூடித்திறப்பதாய் தெரிந்தது. விசித்திரமாய் மூச்சுவிட்டபடியும், கொஞ்சம் வேகமாயும் பேசத் தொடங்கியிருந்தாள்.

திடீரென சற்று குனிந்து கண்களை அகல விரித்தபடி 'விபாகரன் நேற்று என்னுடன் நிஜமாகவே பேசினான் தெரியுமா...!' என்றாள்.

அவன் இப்போதும் மௌனித்தான். கொஞ்சம் அதிர்ச்சியாய்தான் இருந்தது.

'அவன் உயிரோடு இருக்கிறானென்பது ஏற்கனவே உனக்கு தெரிந்திருந்ததா?'

இல்லையென்பதாய் தலையசைத்தாள்.

'அவனும் அமெரிக்காவில் தான் இருந்திருக்கிறான். இன்னும் இரு தினங்களில் இலங்கை வருகிறானாம்.'

'ஹ்ஹஹா... பிறகென்ன...? உன் விருப்பமான வாழ்க்கை ஆரம்பிக்கப் போகிறதென்று சொல்'

'அதுதானில்லை'

'ஏனில்லை' சிவநேசனுக்கு கொஞ்சம் எரிச்சலாகவுமிருந்தது.

'அதைவிடு... நீ வான்கோ எனும் ஒரு ஓவியன் அற்புதமான இரசனையுடன் தற்கொலை செய்துகொண்ட கதையை அறிவாயா?'

சிவநேசன் ஆத்திரத்தை வெளிக்காட்டிக் கொள்ளாதிருக்க அதிகளவில் முயற்சித்தான். இவள் ஏன் இடையில் தேவையற்று வான்கோவை இழுத்துக் கொள்கிறாள்?'

வான்கோவைப் பற்றி ஏதேதோவெல்லாம்பேசத் தொடங்கினாள். அவனுக்கு அதில் கொஞ்சமும் பிடிப்பில்லாமல் இருந்தது. கேட்டும் கேளாதவன் போல 'விபாகரன் வந்தால் ஏன் அவனோடு வாழ முடியாது?'என்று கேட்டான்.

'மிக நீண்ட நாட்களாக என் ஓவியங்களுடனும் விபாகரனின் மாய பிம்பத்துடனும் வாழ்ந்து பழகி விட்டேன். அடுத்து வரபோகிறதென தோன்றும் ஒரு திடீர் மாற்றத்தை... அல்லது ஒரு நிஜத்தை என்னால் உடனடியாக ஏற்றுக்கொள்ள முடியவில்லை சிவநேரன். அது உனக்கு புரியாது விடு' என்றாள்.

அவன் மீண்டும் மீண்டுமாய் அதையே விவாதித்தான்.

'நீ விரும்பிய அவனை மனதார ஏற்பதுதானே நியாயம்...!'

'இல்லை. கற்பனையை எல்லா தடைகளிலிருந்தும் விடுவித்து தன் இஷ்டம் போலான வெளிப்பாட்டினை அனுபவித்து... தமது அடையாளங்களை அழித்து... மனதின் கட்டுப்பாடற்ற எண்ண வெளிப்பாட்டிற்கு உகந்ததான ஒரு மாய வாழ்க்கை வாழ்ந்து பழகிய ஒருவனுக்கு அதிலிருந்து மீளுதல் சுலபமில்லை. மேலும் எனக்கு இப்போது மயக்கமாக இருப்பதாய் உணர்கிறேன்.'

'நீ இப்போது ஓய்வெடுக்க வேண்டும். படுத்துக்கொள்' என்றான்.

'இன்னும் கொஞ்சம் பேச இருக்கிறது பொறு.'

அவள் தன் இரு கைகளாலும் முகத்தை வழித்துத் துடைத்துக் கொண்டாள். மிகவும் களைப்படைந்தவளாய் தெரிந்தாள்.

'எனக்கு மிகப்பிடித்தமான ஓவியம் வரைதலை தாண்டிய அடுத்த விடயம், அதிகம் விரும்பும் ஒருவருடன் பேசிக்கொண்டிருப்பதுதான். எண்ணிய நொடியிலெல்லாம் விபாகரனுடன் என்னால் பேச முடிந்திருந்தாலும் அவனது பொய்விம்பம் எனக்கான பதில்களை ஒருபோதும் தரவில்லை. அத்துடன் அது உன்னால் சாத்தியமாகி இருக்கிறது. அதற்காக உனக்கு நன்றியுடையவளாக என்னை நினைத்துக் கொள்கிறேன்.'

'சாப்பிட்டாயா' என்றான்.

'இல்லை எனக்கு பசிக்கவில்லை. உனக்கு ஒன்று காட்ட விரும்புகிறேன் பார்...'

அருகில் வைத்திருந்த பாதியளவு வரையப்பட்ட ஓர் ஓவியத்தைக் காட்டினாள். அது வெறுமனே ஒரு கறுப்பு வெள்ளைப் படமாக இருந்தது. அந்தரத்திலிருந்து நீர் சிதறிக்கொண்டிருந்தது. ஒரு கதிரை ஆகாயத்தில் பறப்பது போலவும்... சந்திரன் துகள்களாகிப் பறந்து ஒருசிறு தூரத்திற்குப்பின் அவை பறவைகளாய் மாறிவிடுவதாயும் இருந்தது... மிகுதி பாதி வரையப்படாமல் விடப்பட்டிருந்தது.

'இப்போது இவ்வோவியத்தை நிறைவு செய்ய விரும்புகிறேன்'

'வேண்டாம் ஜில். நீ ஓய்வெடுக்க வேண்டும்' என்றான்.

அவள் சத்தமாக உடல் குலுங்க ஒருமுறை சிரித்தாள். மறுபடியும் ஜில் என அழைக்கும்படி கேட்டாள்.

'ஜில்....'

'இன்னுமொருமுறை'

அவன் உணர்ச்சிவசப்பட்டவனாய் 'ஜில்....' என்றான்.

அவள் கண்கள் மூடி அதனை அனுபவித்துக் கேட்டாள்.

'கடைசியாக ஒருமுறை சொல்'

'ஜில்....'

அவள் அழுதுகொண்டிருந்தாள். 'நன்றி' என மீண்டுமொருமுறை கூறி தொடர்பை துண்டித்துக் கொண்டாள்.

தான் இப்போது என்னவிதமான மனநிலையில் இருக்கிறோம் என்பதே சிவநேசனுக்குப் புரியாமலிருந்தது. தொலைபேசியை ஒருபக்கம் வீசியவனாய் தொப்பென கட்டிலில் விழுந்தான். விரித்து கவிழ்த்து வைக்கப்பட்டிருந்த தஸ்தயேவ்ஸ்க்கியின் நாவலை மேசையில் தூக்கிப் போட்டான். அறையை மொத்தமாய்

நிரப்பிக்கொண்டிருந்த ஜில் ப்ராட்லியின் உருவைக் காண முடிகிறதா எனச் சுற்றிலும் ஒருமுறை தேட முயற்சித்து பின் அவளை அணைத்துக் கொண்டு உறங்குவதாய் எண்ணியபடியே தூங்கிப் போனான்.

மூன்று மணித்தியாலங்களுக்குப் பிறகொரு நொடியில் வியர்வை மற்றும் பசி மயக்கத்துடன் மோசமான ஒரு மனநிலையுடன் விழித்துக் கொண்டிருந்தான். உடலெங்கிலுமாய் வியர்வை அரும்பியிருந்தது. ஜில் ப்ராட்லி பேசிய வார்த்தைகளெல்லாம் மறுபடியும் நினைவிற்கு வரத்தொடங்கின. அவள் வான்கோவின் தற்கொலை பற்றி ஏதோ பேசினாளே...! தலையைப் பிடித்து கசக்கிக்கொண்டு யோசித்தான்.

'வான்கோ பேராசையுடன் ஓவியம் வரையத் தொடங்கிய சற்று நேரத்தில் தன்னை அறியாமலேயே சாவின் நிழல்கள் தன்மீது ஊர்ந்து செல்வதை உணர்ந்தாராம். அப்போது அங்கே தன்னைத்தவிர யாருமில்லை என அறிந்த மறுநிமிஷம் ஓவியம் வரைவதை நிறுத்திவிட்டு பெருமூச்சிட்டபடியே சில அடிகள் நடந்து சென்று ஒரு மரத்தின் பின்னால் ஒளிந்துகொண்டு ஒரு துப்பாக்கியால் தன்னைத்தானே சுட்டுக் கொண்டாராம். வான்கோவின் வடியும் இரத்தம் நிற்காத போதும், அவர் மிகுந்த ஆசையுடன் தள்ளாடியபடியே மீண்டும் ஓவியம் வரையும் அவ்விடத்திற்கே வந்து சேர்ந்தாராம்... இப்படி வான்கோவை போல மரணத்தை இரசனையுடன் அனுபவித்து பெறுவது கடினமில்லையா' எனக்கேட்டாள்.

அதற்கு அவன் 'ஏன்' எனக் கேட்டதாய் ஞாபகம்.

'யாருமில்லாத ஓரிடத்தில் ஒளிந்து கொள்ளுதல் என்பதும் தன்னை தனக்கே தெரியாமல் ஒருவன் சுட்டுக் கொள்ளுதல் என்பதுவும் ஆச்சரியம் தானே தவிர அவ்வாறானதொரு அனுபவத்தை பெற்றிட என்னிடமும் துப்பாக்கி இல்லையே' என்றாள். மேலும் 'துப்பாக்கியால் மட்டும்தான் மரணத்தை தர முடியுமா என்ன' எனச்சொல்லி சத்தமாய் சிரித்தாள்.

சிவநேசனுக்கு மனது படபடத்தது. இதயம் பலமடங்கு வேகமாய் துடிப்பது போலிருந்தது. பதறியெழும்பி தொலைபேசியை தேடியெடுத்தான். அவளது இலக்கத்தை வேகமாய் அழுத்தி தொடர்பு கொள்ள முயற்சித்தான். அவனது கைகள் நடுக்கம் கொள்ளத் தொடங்கியிருந்தன.

- யாவரும் - 2020

பகற்கனவு

மிகச்சரியாகச் சொல்வதென்றால் அரைகுறை விருப்பத்துடனும் தீர்மானிக்க முடியா தயக்கத்துடனும் தாறுமாறாக இறங்கி ஓடிக்கொண்டிருந்தாள் பரிமளம்.

அந்த வேகமான நடையை ஓட்டமென்றுதான் சொல்லவேண்டும். சறுக்கத்துடன் சற்றே பள்ளமுமான அந்தக் குறுக்கு பாதையில் மெதுவாய் அடியெடுத்து வைத்து நடந்துபோதல் சாத்தியமே இல்லை. கால்கள் தன்பாட்டில் அடுத்த அடி வைப்பதற்கான நீளத்தை தீர்மானித்துக் கொள்ள, கண்டபடி தாண்டி சிலநேரங்களில் நிதானித்து ஓரிரு இடங்களில் குதித்துத் தாவியென விரையும்படியாக அப்பாதை மாறியிருந்தது. ஆங்காங்கே நிலத்திலிருந்த பெரிய கற்கள் பெயர்த்தெடுக்கப்பட்டு எதிர்பாரா இடங்களிலெல்லாம் குழிகள் முளைத்திருந்தன.

நாரங்கல தோட்டத்திலிருந்து பனாகன்னிய கிராமத்திற்கு போகவென்று ஒருசிலரால் அமைத்துக்கொள்ளப்பட்ட நடைபாதையது. பனாக்கன்னியவுக்கு பஸ் போக்குவரத்து சாத்தியமாகிய பிறகு அப்பாதைக்குரியதான நடமாடல்கள் அடியோடு நின்றுபோய் முட்செடிகளும் காட்டு மரங்களுமாய் அந்த வழி காணாமல்போகத்தொடங்கியிருந்தது. எப்போதாவது பஸ்ஸை தவறவிடும் ஓரிருவரின் உதவியால் திடீரென உருவாகி பின் மறையும் இயல்பையும் அப்பாதை ரகசியமாகப் பேணிக்கொண்டிருந்தது.

தோட்டத்திற்கும் கிராமத்திற்கும் இடைபட்டு இரண்டிற்கும் பொதுவாக இருந்த ஊற்றுபீலியில் குளிப்பதற்காகவே அப்பாதையூடாக அவள் விரைந்துகொண்டிருந்தாள்.

சுற்றிவளைத்த சீரான வழியொன்று அப்பீலிக்கென்றே அமைந்திருந்த போதிலும் இந்த குறுக்குப்பாதையை அவள் தெரிவு செய்தமைக்கு வேறு ஒரு காரணமும் இருந்தது. ஓரமெங்கும் கண்டபடி வளர்ந்தோங்கியிருந்த அக்காட்டுச் செடிகளின்

இடைக்கிடையில் தம்மைத் திணித்து வளர்ந்திருந்த மூலிகைச்செடிகள் அவளுக்குத் தேவைப்பட்டிருந்தன. அச்செடிகளுக்கூடாக வீசிய விசித்திரமான கசப்பு வாசனையை வலிந்து தவிர்த்தபடி மிக நிதானமாக அவதானித்து தேவையான அளவு ஆடாதோடை இலைகளையும் நொச்சி தளிர்களையும் ஆய்ந்தெடுத்துக்கொண்டாள். ஏற்கனவே பேசிக்கொண்டாற்போல பானுமதி அருவதாம்பச்சை இலைகளுடன் பீலிக்காணுக்கு வந்திருக்கக்கூடுமென்பதால் இன்னும் வேகமாய் அகலக்கால் வைத்து பாய்ந்து நடந்தாள்.

தண்ணீர் சத்தம் மிக அருகாமையில் கேட்கத்தொடங்கியது. இதோ... எப்படியோ தப்பித்து வந்து சேர்ந்துவிட்டோம் என்றெண்ணிய அடுத்த நொடியிலேயே அடி வயிற்றிலிருந்து திரண்டெழுந்து நெஞ்சுப்பகுதியை எக்கித்தாவி தொண்டைக்குழியை இறுக்கிப்பிடித்தபடி வெளியே வரத் துடித்ததந்த இராட்சத இருமல்.

பரிமளத்திற்கு லேசாக உடல் நடுங்க ஆரம்பித்தது. அதிகளவில் வயிறு குலுங்காமல் வயிற்றை ஒரு கையால் பிடித்துக்கொண்டாள். இன்னொரு கையால் ஓரத்தில் நின்ற மரக்கிளையை அமத்தி தள்ளிக்கொண்டே தன் உடல் பாரத்தைச் சரித்தபடி இருமுவதற்குத் தயாரானாள்.

கரல் பிடித்த பழைய டின்னொன்றை டமார் டமாரென தட்டியெழுப்பும் ஓசையையொத்ததொரு சத்தம் ஆழக்குழிக்குள் இருந்து மேலெந்து தொகையாய் மறித்திருக்கும் புகைக்கூட்டத்தை தாண்டி கேட்பது போலொரு அதிசய ஒலியை அவளது இருமல் வெளியிட்டுக்கொண்டிருந்தது. இருமுமதிர்வில் கையிலிருந்த பை தவறி விழுந்து மூலிகை இலைகளெல்லாம் அங்கொன்றும் இங்கொங்கொன்றுமாய் விழுந்தன. உடல் குலுங்கி தலை பாரமாகினாற் போலிருந்தது. நெஞ்சினுள்ளே பரவி ஒட்டியுலர்ந்து போனதாய் அவள் எண்ணிக்கொண்டிருக்கும் சளித்தொகையை இருமலுடன் சேர்த்து தொண்டையதிரக் காறி வெளியிழுத்தாள். உடைந்து சிதறிய சளித்துண்டுகள் உப்புச்சுவை கலந்த சதை துண்டங்களாய் எச்சிலுடன் கலந்து வெளிவரத் தொடங்கின. அவை ஒருவித பச்சையும் மஞ்சளும் கலந்த நிறத்தில் எச்சிலின் ஈரலிப்புடன் சேர்ந்து நிலத்தைப் பற்றிப் பிடித்துக் கொண்டன.

பரிமளம் வியர்த்து களைத்துச் சோர்ந்திருந்தாள். இன்னும் கொஞ்சமும் இரும மேண்டுமெனவும் வரப்போகும் அந்த இருமல் படுபயங்கரமாக குடலையும் சேர்த்து பிடுங்கியெடுத்துக் கொண்டு வெளிவரப் போகிறதென்றும் அவளால் உணரமுடிந்தது.

குலுங்கும் உடலால் கட்டுபடுத்த முடியாத சிறுநீர் வழமை போல காலுடன் வடிந்து தொலைத்தால், மிச்ச தூரத்தை நடந்து கடப்பது மிகவும் அசௌகரியமாகி விடுமென்பதால் இருமலுக்கூடாகவே இரண்டு கால்களையும் ஒன்றுடனொன்று பின்னி இறுக்கமாக்கிக் கொண்டாள். வித்தியாசமான அந்த இருமலொலி சூழ நின்ற மரக்கிளைகளில் மோதித்தெறித்து மெல்ல மெல்ல ஓயத்தொடங்கியது. அப்படியே அதே இடத்தில் அமர்ந்து தரையில் கைகள் ஊன்றி ஆழ்ந்து சுவாசித்தாள். உடல் நடுக்கத்தை கைகளூடாகத் தரைக்குக் கடத்தி மெதுவாய் கண்கள் மூடி அடுத்தகட்ட நகர்விற்காய் உடலை ஆயத்தப்படுத்திக்கொண்டு எழுந்தாள். விழுந்து கிடந்த மூலிகை இலைகளைச் சேர்த்தெடுத்தபடி நடக்கத் தொடங்கினாள்.

தண்ணீர் ஒரு காண் வழியே ஓடிவந்து சடாரென ஒரு பள்ளத்தில் குவிந்து விழுந்தது. விழுமந்த நீரின் சரிபாதி சிறியதொரு கருங்கல்லில் பட்டுத்தெறித்துக்கொண்டிருந்தது. அதிக கூட்டம் குளிப்பதற்கு வந்திருக்கவில்லை. சிங்கள கிராமத்து பியதாசவின் மனுசி மட்டும் பிடுங்கியெடுத்த முள்ளங்கி கிழங்குகளை கீரை நசிபடாமல் மிக பவ்வியமாய் காணுக்குள் போட்டுக் கழுவிக்கொண்டிருந்தாள்.

பிள்ளைப் பெற்ற பெண்களும் வயதான நோயாளிகளும் சுடுதண்ணீர் குளியல் செய்வதற்கென்றே பிரத்தியேகமாக ஓரிடம் அப்பீலியில் ஒதுக்கப்பட்டிருந்தது. அவ்விடத்தில் அடுப்புக்கரி படிந்து ஒருபக்கமாய் வாயுடைந்த பானையொன்று எப்போதும் ஒதுங்கி கிடக்கும்.

பரிமளம் பானை நிறைய தண்ணீர் அள்ளி அதற்குள் மூலிகை இலைகளை அமிழ்த்திக் கொண்டாள். யாரோ எரித்துவிட்டு மீதம் வைத்துப் போயிருந்த விறகுகட்டைகளை மீண்டும் ஒன்றுசேர்த்து அடுப்பு கற்களையும் அசைத்தசைத்து ஒழுங்குபடுத்தி அடுப்பை பற்ற வைத்தாள்.

“மொக்கத பரிமளம் அசனீபத?” என்ற பியதாசவின் மனைவியிடம் “ஒவ் அக்கே இவறயக் நெ(த்)தி கெஸ்சக்” என்று கூறிக்கொண்டே குபுக்கென பாய்ந்து வரப்பார்த்த இருமலை தொண்டைக் குழிக்குள்ளேயே அடக்கிக்கொண்டாள். இருமலைப் பற்றிய எண்ணம் துளியளவு இருந்தால் போதும் எங்கிருந்துதான் உடைத்துக்கொண்டு வருகிறதென்றே தெரியவில்லை. ஆறேழு நிமிடங்களுக்கு வதைத்துவிட்டுதான் நின்று தொலைக்கிறது.

நீருடன் நீராக தனதிந்தப் பிணியைக் கரைத்துவிடும் அதிசயம்

எப்படியாவது நடந்தேறி விடாதாவென்று ஏங்கினாள். கையுடன் கொண்டுவந்திருந்த நாகலிங்கத்தின் சாரத்தைக் குறுக்கக் கட்டிக்கொண்டவளாய் மெதுவாய் கால்விரல்களை நீருடன் பின்னி கண்மூடி ஒருகணம் சிலிர்த்தாள்.

ஊற்றினூடாக வந்துவிழும் நீர்அருவியொன்றின் சலசலப்பையும் மயிர்கூச்செரியும் சில்லுணர்வையும் தரத்தொடங்கியிருந்தது. பானுமதி வரும்வரை இந்நீர் பரவலுக்குள் தன் உடலை மொத்தமாய் புதைத்துக்கொள்ள அவாவிய அவளது மனது 'வேணாம்டி' என்ற அறிவின் எச்சரிக்கையை வேகமாய் முந்திக்கொண்டு நீருக்குள் அவளை வீழ்த்தியது.

முழுவதுமாய் நீரைக் குடித்துக்கொண்ட நாகலிங்கத்தின் சாரம் அவளைச் சுற்றிலும் உப்பிக்கொள்ள, அதனை அழுத்தி ஈரப்படுத்தி உடலுடன் ஒட்டவைத்துக் கொண்டாள். சட்டென நாசியில் ஊர்ந்த அவனது வாசனையை வாய்திறந்து உள்மூச்சொன்றால் அப்படியே குடித்தாள். ஓரிரு மாதங்களுக்குப் பிறகான நாகலிங்கத்தின் ஸ்பரிசம்... மனதுள் பதிந்து போயிருந்த அவனது மணம்...

தன்னையும் மீறி உதிர்ந்த கண்ணீரை நீரள்ளி முகத்திலறைந்து கழுவிக்கொண்டாள்.

தேயிலை மலையின் பகல் வெயிலை அன்றாடம் உறிஞ்சியும் நிறம் மாறா தன் மஞ்சள் மேனியின் மீதான ஈடுபாடே நாகலிங்கத்தின் தீராக்காதலுக்கு அடித்தளமாகி இருந்ததென்பதை அவள் அறிந்தே இருந்திருந்தாள். என்றாலும் கொஞ்சிக் குலாவி தன்னைக் கொண்டாடித் தீர்த்த அவன் இப்படி திடீரென தன்னில் இருந்து விலகியமைக்கு புதிதாக ஒரு காரணம் இருக்கக்கூடுமென்றும் அவளுக்கு நம்பத் தோன்றவில்லை.

ஒத்த அன்பினனாய் கூடியிருந்த ஒருவனது காதல் ஓரிரு வார இருமலினால் இல்லாமல் ஆகக்கூடுமென்றால் யார்தான் நம்பிவிடப் போகிறார்கள்...?

இருமலின் உக்கிரம் தந்த அசூசையைத் தாண்டி அவனது கடுஞ்சொற்கள் அவளை அறைந்து கொண்டேயிருந்தன.

"மனுசன் களைச்சு போய் வீடு வந்தா, ஒரு அர மணித்தியாலம் நிம்மதியா இருக்க விடுறியா? ச்சே எங்க இருந்துதா கொண்டு வந்து தொலஞ்சியோ இந்த சனியன..."

"வேணுமின்னேவா இருமுறாங்க?" அவளது இடைமறித்த பதில் அவன் காதில் விழுவதாயில்லை.

“எப்ப பாத்தாலும் லொக்கு லொக்குன்னு... அப்பப்பப்பா என்ன வாழ்க்கடா சாமி! ஒங்கப்பன் இதையெல்லாம் மறச்சுதானே எந்தலையில கட்டியிருக்கான்”

அவள் கண்மூடி மௌனித்து தன் கோபத்தைத் தணிக்க முயற்சித்தாள்.

“என்னய எதுக்குடி நடுவுல மாட்டி அவஸ்த்த படுத்தணும்...? வீட்டுலயே கெடந்து அப்பிடியே குடும்பமா இருமி தொலைக்க வேண்டியது தானே.”

ஆதங்கம் தாங்கமாட்டாதவளாய் “இதுவொன்னும் பரம்பர நோயில்ல சொல்லிட்டேன்” என்றாள். அவளது கோபமான பதில் அவனை அதிகமாக ஆத்திரத்திற்குள்ளாக்கியது. அடிக்க எத்தனிப்பதை போல் அவளருகே பாய்ந்து வந்தான்.; “அப்பறம் நா பரப்பி விட்டுட்டேனா?” என்றான்.

“நீங்களும் கூடதானே இருந்தீங்க. டொக்டர் சாதாரணமான இருமல்னு தானே சொன்னாரு?”

“குறுக்க குறுக்க பேசாதடி.... சாதாரண இருமல்தான் மாசக்கணக்குல இழுக்குதோ...! ஒன்ன சொல்லி குத்தமில்ல எல்லாம் எந் தலையெழுத்து”

எண்ணங்கள் உந்தியிழுக்கும் கண்ணீருக்குள் வலியின் திணிவும் சேர்ந்தேதான் கனக்கிறதாயிருக்கும். தலைசாய்த்து குனிந்து அத்துளிகளை ஓடும் நீருக்குள் விழ விட்டாள். சாதாரணமான பொழுதுகளில் உதாசீனங்களை அலட்சியப்படுத்தும் மனத்திடம், உடல் நலிவுற்றிருக்கும் போது மட்டும் அன்பானதொரு அருகாமையை தீவிரமாகத் தேடியலைவதை அடிக்கடி உணரத்தொடங்கினாள்.

பானுமதி அருவதாம்பச்சை இலைகளுடன் வேகமாக வந்து, பரிமளத்தை முறைத்தபடி பார்த்துக் கொண்டிருந்தாள். பானைக்குள் அவ்விலைகளைப் போட்டு குச்சியொன்றால் உள்ளே தள்ளியபடியே “எதுக்குடி இப்ப பச்ச தண்ணிக்கு போன...?” என்றாள்.

பானையிலிருந்து வெளியேறும் நீராவியிலிருந்து இலைகுலைகளின் அவிந்த மணம் அவ்விடத்தை நிரப்ப ஆரம்பித்திருந்தது.

“தண்ணி சுட்ருச்சா பானு?”

“சுட்ருச்சி சுட்ருச்சி”

பானு கோபமாக இருக்கிறாளெனப் புரிந்தது. பரிமளம் எழுந்து வந்து அடுப்பிற்கருகில் இருந்த கல்லொன்றில் அமர்ந்துகொண்டாள்.

“பேசாம ஒம் புருசன் மாதிரி நானும் விட்ருக்கணும்... மெனக்கட்டு வந்திருக்கக்கூடாது. பழகுன பாவத்துக்கு ஒதவி செய்ய நெனச்சது எந் தப்புடி”

“ரொம்ப தொந்தரவா இருக்கேனா பானு?”

பானு பதில் பேசவில்லை. பானையிலிருந்து வெளிவந்த சூடான ஆவியை வெறித்துக்கொண்டிருந்தாள்.

சிறிதுநேர இடைவெளிக்குப்பின் இருவரும் ஒருவரையொருவர் பார்த்துக்கொண்டனர். “ஏய்... அழுகுறியா நீ? சச்சே என்னடி..., இந்த வருத்தத்துல பச்ச தண்ணில குளிப்பாங்களா யாராவது! அதான் கேந்தியில ஏதோ சொல்லிட்டேன்”

“இல்ல பானு நாளைக்கப்பறம் இங்கெல்லாம் வர முடியுமான்னு தெரியல. அதான் கடைசியா ஒருதடவ தண்ணிக்குள்ள முக்கியெழும்ப தோனுச்சு”

“ஆமா அப்புடியே வெளிநாட்டுக்கு போகப்போறோம் பாரு... நாளைக்கு போயிட்டு மறுநாளே வந்துட போறோம். அதுகெதுக்குடி இவ்வளவு யோசிக்கணும்?

“வேறெதுவும் வருத்தம்னு ஆஸ்பத்திரியிலயே நிப்பாட்டிட்டா என்னடி பண்றது?

பானுவிற்கும் அந்தச் சந்தேகம் இருந்தது. அவள் இருமும் சத்தமும் அந்நேரத்தில் படும் அவஸ்த்தையும் வேறேதோ பெரிய நோயின் அறிகுறிதான் இதுவோவென எண்ணுமளவில் இருந்த தென்றாலும்; பரிமளத்திடம் அதனைக் காட்டிக்கொள்ளாதிருந்தாள்.

“யோசிக்காத பரி. போய் பாத்துட்டு அப்பறம் பேசிக்கலாம்”

அவிந்து பழுப்பு நிறமாக மாறியிருந்த இலைகுலைகளைச் சூட்டுடன் எடுத்து பரிமளத்தின் நெஞ்சுப்பகுதியிலும் நடு முதுகிலுமாய் மாற்றி மாற்றி வைத்தெடுத்தாள். இலைகளுக்கூடாக மேலெழுந்த ஆவியின் மணம் கசப்பாய் இருந்தது. மிதமானச் சூட்டுனான அத்தண்ணீரை அள்ளித்தலையில் ஊற்றும் போது வடிந்து வாயினுள் கசிந்த சிலதுளிகளில் ஒட்டியிருந்த கசப்பு, ஆவியிலும் இருக்கக்கூடுமென எண்ணி இடைக்கிடை சுவாசத்தையும் அடக்கிக்கொண்டாள் பரிமளம்.

இடுப்பு, தொடைகள், கெண்டைக்கால் என்று பகுதிபகுதியாக அவ்விலைகளால் ஒத்தடம் கொடுத்துவிட்டாள் பானுமதி. வெதுவெதுப்பான நீர் திவலைகள் உடுத்தியிருந்த சாரத்திற்குள்ளாக

நுழைய முற்பட்டு தோற்றுப்போய் மார்புடன் இறுக்கிக் கட்டியிருந்த சாரத்தின் விளிம்பில் ததும்பிக் குப்புற விழுந்தன. நெஞ்சுப் பகுதிக்கூடான இடைவெளிக்குள் மாத்திரம் சிறு அளவில் துளிகள்; நுழைந்து மேனியைத் தழுவியதாய் அவளின் பிட்டத்தினிருக்கையில் பரவிக்கொண்டன.

இந்த வெதுவெதுப்பிலாவது நுரையீரலில் படிந்த என் இறுக்கமான சளி துடைபட்டு வந்துவிடாதாவெனும் ஏக்கம் பரிமளத்தின் கண்களில் பிரகாசித்தது. எத்தனை வகையான கைமருத்துவம் செய்து பார்த்தாயிற்று. அதில் ஏதேனும் ஒன்றிற்குக் கூடாவா தன்னை குணப்படுத்தும் ஆற்றல் இருக்கவில்லை. எந்த ஜென்மத்தில் செய்த பாவமோ இருமலாகி இப்படிச் சித்திரவதை செய்கிறது. தொடர்ச்சியாக இதுதரும் நரக அனுபவத்தை ஏற்பதைவிட திரண்டுவரும் சளி உருண்டையாகி அப்படியே அடைத்து மாய்ந்து போய்விட மாட்டோமாவென்று கூட உள்ளம் தவித்தது அவளுக்கு.

வறட்டு இருமலென்பது உலகின் அசிங்கமான பக்கத்தை மட்டுமே காட்டும் தெளிவான கண்ணாடியாய் தோன்றியது. உந்துமந்த இருமலுணர்வு தன் கைவிரல்களை விரித்து நகங்களால் அழுந்தப் பற்றி உள் அங்கங்கள் மொத்தத்தையும் புண்ணாக்கி... பின், தொண்டையில் தேங்கி ஒலியாக மாறிடும் கொடிய பேயாய் நிழலாடத் தொடங்கியிருந்தது.

ஒவ்வொரு தடவையும் நீண்ட நேர இருமலுடனும் ஒவ்வொரு பிரசவத்திற்கு ஒப்பானதாய் ஓராயிரம் சிசுகளை ஈன்றெடுத்த அனுபவத்தைப் பெற்றாயிற்று. இதையெல்லாமும் தாண்டி வாழ்ந்துவிட முடியுமெனக் காத்திருப்பதைக் காட்டிலும் தாமே செத்து தொலைதலே இனி உசிதமானதாயிருக்கும்.

பரிமளம் குளியலூடாக அழுகிறாளென பானுவிற்குத் தெரியும். இந்த எல்லா தொல்லையும் நாளையுடன் இல்லாமல் ஆகிப்போகுமென்ற ஆவல் பானுவிற்கு சற்று அதிகமாகவே இருந்தது. வெலிசரையில் உள்ள சுவாச நோய் ஆஸ்பத்திரியைப் பற்றி ஏற்கனவே தெரிந்திருந்த போதிலும் இப்போது அதன் மீதான நம்பிக்கை இருமடங்காகியிருந்தது.

குளித்து முடிவதோடு இருமல் ஆரம்பித்திருந்தது... ஈரம் சொட்டச் சொட்ட அமர்ந்த நிலையில் தலையை இரு கைகளாலும் ஏந்தியபடி இருமத்தொடங்கினாள் பரிமளம். அவளது இருமலொலி நீரின் சலசலப்பை ஊடறுத்து காற்றுடன் மிதந்து கொண்டிருந்தது.

2

பதுளை - கொழும்பு சீ.டி.பீ பஸ் பலாங்கொடையை அண்மித்திருந்தது. பாதை வளைவுகளில் தடுமாறும் பஸ்சினது வேகம், கம்பியில் சாய்ந்து தூங்கிக் கொண்டிருந்த பரிமளத்தின் தலையை மோத வைத்து அவளை எழுப்பியது. பின்னால் திரும்பி நாகலிங்கத்தைப் பார்த்தாள். அவன் இரண்டு சீட் தள்ளி அமர்ந்து யன்னலுக்கு வெளியே பார்த்துக்கொண்டிருந்தான்.

பானுமதிக்கு வரமுடியாமல் போகுமென்றும், தான் நாகலிங்கத்தின் துணையுடன் போக வேண்டி வருமெனவும் பரிமளம் கொஞ்சமும் எதிர்பார்த்திருக்கவில்லை. அதிலும் அவன் தன்னுடன் அமர விரும்பாது வேறு யாரோ போலப் பயணிப்பது அதிகமான வேதனையை தந்திருந்தது. அவனுடனான இந்தப் பயணம் ஏதோ ஒருவிதத்தில் ஆறுதலாக இருந்தாலும், பஸ்சிற்குள் அந்த இருமல் தவறியும் வந்துவிடக் கூடாதேயென்ற பயமும், அப்படியே வந்தாலும் நாகலிங்கம் திட்டுவானோ என்ற அவஸ்த்தையும் சேர்ந்து தத்தளித்ததொரு மனநிலையிலேயே பயணித்துக்கொண்டிருந்தாள்.

பஸ்சில் அதிகமாய் கூட்டமிருக்கவில்லை. பின் இருக்கை முழுவதையுமாய் ஒத்த வயதுடைய இளைஞர்கள் சிலர் ஆக்கிரமித்திருந்தனர். அவர்கள் சத்தமாகப் பாடியபடியும், கிண்டலடித்து சிரித்தபடியுமாய் மொத்த சத்தத்தையும் பஸ்ஸிற்குள் பரவவிட்டிருந்தனர். அந்தச் சிரிப்பொலியும் குதூகல உரையாடல்களும் சிலரை முகம் சுளிக்க வைத்திருந்தாலும் பெரும்பாலானோர் அந்த உரையாடல்களில் தங்களுக்கும் பங்கிருப்பதாய் எண்ணிக்கொண்டு தமக்குத்தானே சிரித்தபடி அமர்ந்திருந்தனர்.

பின்னேயிருந்த யாரோ ஓரிரு தடவைகள் இருமும் சத்தமும் கேட்டது. பரிமளம் சட்டெனத் திரும்பி அது யாரென்று தேடினாள். இருமலொலி ஓய்ந்து இருமியவரின் அடையாளம் மறைந்து போயிருந்தது. இவர்களெல்லாமே ஒருவகையில் வரம்பெற்று வாழ்பவர்களாய் இருக்க வேண்டும். பத்தோடு ஒன்று பதினொன்றாய் ஏதோ ஒருவகையான நோயை எளிதில் கடந்து வெளியே வந்துவிடுகிறார்கள். சந்தோசமாக அடுத்த நொடியை எதிர்கொள்கிறார்கள்.

இப்போதெல்லாம் பரிமளம் இருமுவதைப் பற்றியே அதிகம் யோசிக்கத் தொடங்கியிருந்தாள். யார் இருமினாலும்அவர்களைக் கூர்ந்து அவதானித்தாள். தனது நெருங்கிய சினேகிதர்களாகவே

அவர்களை உணர்ந்தாள். தேயிலை மலையிலோ, வீட்டிலோ தன்னால் ஆன மட்டும் இருமியடங்குவது பழகிப் போயிருந்தாலும் இதுபோன்ற பொது இடங்களில் தான் அவமானப்பட்டுவிடக் கூடாதேயென்ற பயத்தில் உள்ளெடுக்கும் சுவாசத்தைக்கூட நிதானமாக அளந்து உள்ளிழுத்தாள்.

கட்டாயப்படுத்தி அடக்கி தொண்டைக்குக்குள் இறுக்கி வைத்திருந்த அந்த இருமல் திடீரென ஒருகணத்தில் வெளியேறத் தொடங்கியது... கையில் வைத்திருந்த துவாயில் வாயைப் பொத்தி அடைத்தபடி குலுங்கி இருமத் தொடங்கினாள். பெருக்கெடுத்து வழியும் கண்ணீரை துடைத்துக்கொள்ளவும் திராணியற்று, விடாது இருமிக்கொண்டேயிருந்தாள். அருகிலிருந்தவர்கள் தண்ணீரை நீட்டினார்கள். பரிதாபமாகப் பார்த்தார்கள். ஏதோ சிங்களத்தில் பேசியும் கொண்டார்கள். அந்த இருமலொலி பஸ்சிற்குள் பெருஞ்சத்தத்துடன் எதிரொலிக்கத் தொடங்கியது. பின்னால் கத்தி ஆரவாரித்த இளைஞர்கள் தமது சத்தத்தைக் குறைத்திருந்தனர். பக்கத்தில் அமர்ந்திருந்தவர் தனக்கும் இது தொற்றிக்கொள்ளக் கூடாதேயென்ற பயத்தில் ஒதுங்கி விசித்திரமாய் பார்த்துக் கொண்டிருந்தார்.

“ஒயா தனியெந்த ஆவே... தனியெந்த ஆவே... ஒயாத்தெக்க கவுருத் ஆவே நெ(த்)ந்த..?” ஆளாளுக்கு மாறிமாறி நீ தனியாகவா பயணிக்கிறாயென்று கேட்கத் தொடங்கியிருந்தார்கள்.

நாகலிங்கம் சற்று தாமதித்து அருகில் வந்தான். ‘தண்ணி குடிக்கிறியா?’ என்றான். இருமல் அடங்கும் வரை அவ்விடத்திலேயே நின்றுக் கொண்டிருந்தான். தண்ணீர் போத்தலை அவனாகவே திறந்து குடிக்கச்சொல்லி தந்தான். நாகலிங்கத்தை அவளது உறவினனென கண்டுக்கொண்டவராய் பக்கத்தில் அமர்ந்திருந்த நபர் இதுதான் சமயமென்று தனது இடத்தை நாகலிங்கத்திற்கு கொடுத்துவிட்டு நாகலிங்கத்தின் இருக்கைக்குச் சென்று கேட்காமலேயே அமர்ந்துக் கொண்டார். நாகலிங்கம் அவளுக்கு பக்கத்தில் அமர விரும்பாமல் நின்றபடியே பயணித்தான். தனது இருக்கையை பலவந்தமாகக் கைப்பற்றிய அந்த நபரை எரிச்சலுடன் முறைத்துப் பார்த்துக் கொண்டிருந்தான்.

அடுத்த பஸ் நிறுத்தத்தில் யாரேனும் தனக்குப் பக்கத்தில் அமர்ந்துவிடும் முன் நாகலிங்கம் அமர்ந்துக்கொள்ள வேண்டுமே என்று அவளது மனம் இறைஞ்சியது. கண்களை மூடியபடி சீட் கம்பியில் சாய்ந்துக்கொண்டாள். முன்னிருக்கை யன்னல் வழி வந்துமோதிய காற்று இதமாகவிருந்தது. உடலெடை மொத்தமுமாய்

காற்றுடன் பறந்து மிக இலேசாகிப் போய்க் கொண்டிருப்பதாய் உணரத் தொடங்கினாள்.

பஸ் வேகமாகச் சென்றது. முன்னால் செல்லும் வாகனங்களை விலக்கித் தள்ளியபடி... அவற்றை மோதி தூக்கியொரு பக்கமாய் எறிந்தபடி இன்னும் பள்ளங்களையும் மேடுகளையும் தாவி விரைந்து ஒரு கட்டத்தில் அந்த பஸ் பறக்கத் தொடங்கியிருந்தது. வேகமாய் மிக வேகமாய் எதிரே வந்த மேகக்கூட்டங்களை உடைத்துச் சிதறடித்துக்கொண்டு பறந்தது. தான் அமர்ந்திருக்கும் இருக்கை ஒரு ஊஞ்சலாய் மாறியதையும் அருகிருப்பவர்கள் எல்லோரும் தனக்குப் பணிவிடை செய்யக் காத்திருந்ததையும் பரிமளத்தால் நம்பவே முடியவில்லை. தனக்கு இருமல் வராதிருக்க வேண்டி யன்னல்கள் எல்லாம் திடீரென மூடிப்பட்டிருந்தன.

நாகலிங்கம் அருகிலேயே அமர்ந்திருந்து அவளது தலையை வருடியபடி சிரித்தான். தனக்கு இருமல் வருமுணர்வு துளிகூட இல்லையென்று கூறியபடி அவனது தோளில் சாய்ந்துக்கொண்டாள். மனது ஆனந்தக்கூத்தாடியது. இத்தகையதொரு தருணத்தில் கிடைக்கும் அருகாமைக்காகவே பலநாட்களாக அவள் ஏங்கிக்கொண்டிருந்ததால் முழுதுமாய் அந்நிமிடங்களைத் தனதாக்கிக்கொள்ள முயன்றாள்.

சட்டென்று மாறிப்போன இந்தச் சூழ்நிலை சுவர்க்கமாகி வெளிகளுக்கிடையிலான மிதப்பை இடையறாது உணர்த்திக் கொண்டிருந்தது. பறப்பது போல அல்லது மிதப்பது போல் பயணிக்கும் அந்த பஸ்சினது ஹோர்ன் சத்தம் மட்டும் எவ்வித மாற்றங்களுமின்றி நச்சரிப்பானதொரு ஒலியை அடிக்கடி எழுப்பியது. ஆனாலும் பரிமளம் கண்களைத் திறக்க முனையவில்லை.

யாரோ சிலர் தமிழ் பாடலொன்றை பிழையான உச்சரிப்புடன் சத்தமாகப் பாடிக்கொண்டிருந்தனர். இடைக்கிடை சிங்களப் பாடல்களையும் கலந்து வேறொரு விதமான இசைக்கலவையைத் தோற்றுவித்தனர். நாகலிங்கம் தானும்பாடலொன்றைப் பாடத் தொடங்கியிருந்தான். அவளைக் காதலிக்கத் தொடங்கியபோது அடிக்கடி அவன் பாடிய அதே பாடல். மிக மென்மையாக... அவளுக்கு மட்டுமே கேட்கும்படியாக...

அவள் அவனது கரங்களை இழுத்துப் பற்றிக்கொண்டாள். அவனது மோதிர விரலில் இதுவரை அவன் அணிந்திராத, அவள் கண்டேயிராத கல் பதித்த மோதிரத்தின் பகுதி தட்டுப்பட்டது.

இதனை அவன் எப்போது வாங்கி அணிந்திருப்பானென்று யோசித்தாள். அவனிடம் அதுபற்றி கேட்க வேண்டுமென்றும் தோன்றவில்லை. விரல்களை மிருதுவாக வருடினாள். அவன் எவ்விதப் பிரதிபலிப்புமின்றி பேசாதிருந்தான். சட்டெனத் தன் கைகளை அவள் விடுவித்துக் கொண்டதும் அவன் பாடுவதை நிறுத்தியிருந்தான்.

பஸ் கொழும்பை அண்மித்து ஓரிரு நொடிகளுக்குள் சரியாக வெலிசர ஆஸ்பத்திரிக்கருகிலேயே தரையிறங்கியது. அங்கே நின்ற பெரியதொரு நிழல் தரும் தருவொன்று குளிர்ச்சியைத் தரையெங்கும் தூவியிருந்தது. வெள்ளை நிற உடையில் தாதிகளும் வைத்தியர்களுமாய் உலாவித்திரிந்தனர். அதில் இருவர் மாத்திரம் சிரித்த முகத்துடன் அவளருகில் வந்து ஒரு சக்கரக்கதிரையில் அவளை அமரவைத்து ஒரு அறைக்குள் தள்ளிக்கொண்டு போயினர். அப்போது நாகலிங்கம் திடீரென காணாமல் போயிருந்தான். தன்னை அவர்களே தூக்கிப் படுக்கவும்செய்தார்கள். வேறு யாரோ சிலர் வாயில் மாஸ்க் கட்டியபடி அறைக்குள் நுழைந்து அவளது நெஞ்சுப்பகுதியை சரிநேராக வெட்டிக்கிழித்தனர். ஏதோ ஒரு புதுவிதக் கருவிகொண்டு அடைப்பட்டிருந்த சளி முழுவதையும் தனியே பிரித்து எடுத்து அகற்றிக் கொண்டிருப்பதாய் தெரிந்தது. நேரே விட்டத்தைப் பார்த்துப் படுத்திருந்த அவளுக்கு மெதுவாய் தலைதூக்கி தன்னை இத்தனை நாள் சித்திரவதைப்படுத்திய சளிமொத்தத்தையும் ஒரு தடவை பார்க்கவேண்டும் போல தோன்றவே, வாயைத் திறந்து ஏதோ பேச எத்தனித்தாள். வார்த்தைகள் சத்தமின்றி வாயிலிருந்து வெளியேறி மிதக்கத் தொடங்கின. இடைக்கிடையே அந்த பஸ்சினது ஹோர்ன் சத்தம் மட்டும் எப்படிக் கேட்கிறதென்று அவள் யோசித்தபடியே பேசினாள்.

“டொக்டர் இனிமே எனக்கு இருமலே வராதா?”

“அந்த கருமம் புடிச்ச சளி மொத்தத்தையும் கொஞ்சம் பார்க்க விடுறீங்களா?”

அவளுக்கு யாருமே பதில் கூறுவதாயில்லை.

“என் புருசன பாத்தீங்களா?”

“நா எப்புடி வீட்டுக்கு போறது?”

“பானு வந்திருக்காளா?”

யாருமே பதில் கூறாததால் பேச்சை நிறுத்திக்கொண்டாள். சிறிது

நேரத்திற்குள்ளாகவே முழுவதுமாய் சளியகற்றப்பட்ட சுவாசத்தை உணரத்தொடங்கினாள். எப்படியென்று தெரியாமலேயே திடீரென நாகலிங்கமும் அவளுக்கு மிக அருகே வந்து அமர்ந்திருப்பதைக் கண்டு அதிசயித்தாள்.

நாகலிங்கத்தின் கைகளை இறுக்கமாகப் பிடித்தபடி, அவனது தோளில் மெதுவாய் சாய்ந்துபடுத்தாள். அவனிடமிருந்து எவ்வித மறுப்பும் இல்லாதிருக்கவே அவன் மறுபடி தன்னை நேசிக்கத்தொடங்கியிருப்பதாய் தோன்றியது. கண்களைத் திறக்க விரும்பாமல் அவனை அணைத்துப்பிடித்தபடி வசதியாய் சாய்ந்துக்கொண்டாள்.

அவனது அரவணைப்பு தந்த உந்துதலில் மிக மெல்லிய குரலில் இரகசியமாய் கேட்டாள். “இப்போ என்னய உங்களுக்கு பிடிச்சிருக்கா”

அவன் ‘ம்ம்..’ என்றான்.

“இனி கவனமா பார்த்துப்பீங்களா?”

“ம்ம்”

“என்னய வெறுத்துடுவீங்களா?”

“ம்ஹீம்...”

“என்னய திட்டுவீங்களா?”

“ம்ஹீம்...”

“அப்போ அன்பா இருப்பீங்களா?”

“ம்ம்”

“நா இருமுனா கூட திட்ட மாட்டிங்களா?”

“ம்ம்”

நிறைந்து போன மனதுடன் தனக்குத்தானே புன்னகைத்துக் கொண்டாள். சடாரென தான் அமர்ந்திருந்த இருக்கை குலுங்கியதிர்ந்து ஓய்ந்ததில் விழித்தெழுந்தவளாய் நாகலிங்கத்தின் கைகளை இன்னும் கொஞ்சமாய் இறுகப் பற்றியப்படியே நிமிர்ந்து அவனது முகத்தை காதலுடன் பார்க்கலானாள். அவளுக்கு ஒரே குழப்பமாகவிருந்தது. நாகலிங்கத்தின் முகம் வேறு யாருடையதையோப் போல மாறியிருந்தது. அந்தப் புதிய மனிதனும் தன்னை மிக விசித்திரமாய் பார்க்கத் தொடங்கியிருந்தான். எப்படி

இதுவெல்லாம் நடக்கக்கூடுமெனும் சந்தேகத்துடன் சூழவும் ஒருமுறை பார்வையைச் சுழல விட்டாள். பக்கத்திலேயே நாகலிங்கத்தைப் போலவே இருந்த ஒருவன் பரிமளத்தை முறைத்துப் பார்த்தபடியே நின்றுக்கொண்டிருந்தான்.

- கனலி 2020

"மொக்கத பரிமளம் அசனீபத?" - சுகமில்லையா பரிமளம்

"ஒவ் அக்கே இவறயக் நெ(த்)தி கெஸ்சக்" - ஆமாம் அக்கா முடிவில்லாத இருமலாய் இருக்கு

"ஒயா தனியெந்த ஆவே... - நீ தனியாகவா வந்தாய்?

ஒயாத்தெக்க கவுருத் ஆவே நெ(த்)ந்த..? - உன்னுடன் யாரும் வரவில்லையா?

ஓரிரவு

சாதாரண இரவுகளை விட மழை பெய்யும் இரவுகளில்தான் படுக்கை இதமாகத் தெரிகிறது. சம அளவான திவலைகளை யாரோ ஆகாயத்தில் நின்று தொடர்ச்சியாக வடிய விடுவதையொத்து, இந்த மழைகூட மிக அற்புதமான... ஊகித்துப்பார்க்க முடியாத அதிசயமாய் தெரிகிறதே!

லயத்து தகரத்தில் வந்து விழும் நீர்த்துளிகளின் சத்தம் மழையை சற்று அடர்த்தியாக காட்டிக்கொடுத்தது. வழமையாக குரைத்தே களைத்துப்போகும் நாய்களும் எங்கேனும் ஒரு மூலையில் ஒண்டியிருக்கக்கூடும். மொத்த லயமும் இருள் கவிழ்ந்து நிசப்தமாய் அடங்கியிருந்தது.

இடையிடையே வெடித்துச் சிதறி ஓய்ந்து போகும் இடி முழக்கமும், இலேசாக யன்னல் துவாரத்தில் தெரியும் மின்னல் வெட்டுமாய்... ராசாத்திக்கு தூக்கம் வரவில்லை.

புரண்டு புரண்டு படுத்துக் கொண்டாள்.

கலைந்து கிடந்த போர்வையை இழுத்து கழுத்துவரை போர்த்தினாள். போர்வையை இழுத்ததும், லேசாக வெளித்தெரிந்த கால்பாதங்களைக் குளிர்காற்று சிலுசிலுவெனத் தடவிக் கூசச்செய்தது. முழங்கால்களைக் குவித்து ஒரு பக்கமாக மடித்து கால்களைப் போர்வைக்குள் உள்ளிழுத்துக் கொண்டாள்.

பக்கத்தில் படுத்திருந்த மணிவேல் தூக்கத்தினூடே புரண்டு உருண்டு ஒரு பக்கமாய் சரிந்து குறட்டை விட்டுத் தூங்கிக் கொண்டிருந்தான். அவனது மூச்சுக் காற்றுடன் சாராய நெடியும் கலந்து அறையெங்கும் அலைமோதியது.

அறையென்ன அறை. கல்யாணம் பண்ணிய இந்த ஆறேழு மாசமாய் இருவரும் இஸ்தோப்பில் தான் படுத்துக்கொள்கிறார்கள். மற்றவர்கள் எல்லோரும் நடுவீட்டில் ஆளுக்கொரு பக்கமாய், வீசி எறிந்த விறகுக் கட்டைகளாயிருந்தார்கள்.

போதாக்குறைக்கு இடைக்கிடையே யாரோ ஒருவர் வாயுலரும் சத்தமும், மாமனாரின் பெரிய குறட்டையும் கூடவே நடுச்சாமத்தில் வெளியே போய்வரும் பழக்கமும்.

ராசாத்தி மணிவேலின் தலையைத் தூக்கி தலையணையில் வைத்தாள். அவன் எவ்விதச் சலனமும் இன்றி தொடர்ந்து தூங்கினான். உடலில்; ஏற்பட்ட சிறிய அதிர்வில் அவனது குறட்டை ஒலி குறைந்திருந்தது.

சற்றே தலையை எக்கி யாராவது விழித்தெழும் நிலையிலிருக்கிறார்களா எனக்கூர்ந்து நோட்டம்விட்டாள். ஆளுக்கொரு விதமான சப்தமெழுப்பல்களுடன் அயர்ந்து தூங்கிப் போயிருந்தார்கள். மெல்ல நகர்ந்து நகர்ந்து மணிவேலிற்கு அருகே மிக நெருக்கமாய் படுத்துக்கொண்டாள்.

‘ஏய்...’

அவனிடம் சிறு அசைவுகூட இல்லை. தோள்களைப்பிடித்து உலுக்கினாள்.

‘தூங்கிட்டிங்களோ’

அவனது கன்னத்தைத் தட்டிப் பார்த்தாள்.

‘இங்கே.... ஏதாவது கொஞ்சம் பேசுங்களேன்’ அவனது வலது கையை தூக்கியெடுத்து தன்னை அணைத்தாற் போலப் போட்டுக் கொண்டாள்.

குறட்டையொலிச் சத்தம் குறைந்தும் கூடியுமாய்... உடல் வலியும் அதியுச்ச போதையும் கலந்து எதையும் உணரா சடலமாய் மாறி அவன் உறங்கிக் கொண்டிருந்தான்.

ஒரு நுளம்பு ‘ங்ஙொய்ய்ங்’ என்று சப்தமிட்டபடி அங்குமிங்குமாய் பறந்தது. அவளது தலைக்கு மேலாக, கையெட்டும் தூரத்தில் அப்படியே படுக்கையைச் சுற்றிச்சுற்றிப் பறந்து இறுதியில் அவனது கன்னத்தில் வந்தமர்ந்த அடுத்தநொடி தன்னை மீறி படீரென அந்த நுளம்பை அடிக்க எத்தனித்தாள். குறிதவறித் தடுமாறிப்போனவளாய் அவனது தோள்பட்டையில் சரிந்து விழுந்தாள்.

‘யாருடி இவ தூங்கவிடாம’ என்று ஒரு கெட்ட வார்த்தையையும் சேர்த்து சத்தமாக ஏசி அவளது முழங்கையை அசைத்துத் தள்ளினான். மறுகணமே ஆ...வென்று வாய்பிளந்து மீண்டும் தூங்கிப்போனான்.

நுளம்பு கையில் அகப்படவில்லை. அங்கும் இங்குமாய் பறக்கத் தொடங்கியிருந்தது.

பொம்புள நுளம்பு தான் இரத்தம் உறிஞ்சுமாமே...! யாரோ சொல்லிக் கேட்டதாய் ஞாபகம்.

பாவம் இந்த நுளம்பின் புருஷன் நுளம்பும் தூங்கிக் கொண்டிருக்குமோ என்னவோ? அந்த வேதனையில்தான் இந்த நுளம்புகள் இரவுகளில் மனித உடலை குத்தி காயப்படுத்துகிறது போல.

தொடர்ச்சியாகப் பறந்து பின்னொரு நொடியில் தன் கையில் வந்தமர்ந்த அந்த நுளம்பை அவள் அடிக்காமல் பார்த்துக் கொண்டேயிருந்தாள். தன்னைக் கடித்தாவது அது ஆறுதல் அடைந்துவிட்டுப் போகட்டும். பெண்ணுக்கு பெண்தானே இரங்க வேண்டுமென எண்ணி தனக்குத்தானே சிரித்துக்கொண்டாள்.

மழை விடாமல் பெய்து கொண்டேயிருந்தது.

ஏன் இவன் இப்படிக் குடித்துவிட்டு தூங்குகிறான்?

காலையில் இருந்து தேயிலை மலையில் ஏறி இறங்கிக் கஷ்டப்படும் அலுப்புதீரத்தான் குடிக்கிறான் என்றால், அதே மலைகளில் நானும்தானே ஏறி இறங்குகிறேன். நானும் அதே வழியில் தானே நடக்கிறேன். பின் இவனுக்கு மட்டும் ஒருபடி அதிகமான உடல்வலி எங்கிருந்து வரப்போகிறது?

நேரம் செல்லச்செல்ல ராசாத்தியின் கோபம் அழுகையாக மாறியது. சத்தமாக அழுதுகூட தொலைக்க முடியாத சூழ்நிலை. யாருக்காவது கேட்டுவிட்டால்? அடிக்கடி மூக்கை உறிஞ்சினாள். அவளது தாபம் கூடிக்கொண்டிருப்பதாய் உணர்ந்தாள். அவனது உடல் சூட்டுடன் உரசியபடி படுத்து, கண்களை மூடிக்கொண்டாள்.

அவனது நினைப்பும் அருகாமையும் அழுகையும் ஏக்கமும் என்று உறக்கத்தைத் தாண்டி வெகுதூரம் போய் கண்களை வெறுமனே மூடியபடி அப்படியே கிடந்தாள்.

சட்டென ஒருநொடியில் தன்னைத்தாண்டி யாரோ நடந்து கதவைத் திறந்து வைத்துவிட்டு வெளியே போயிருந்தார்கள். போர்வையை தலையுடன் இறுக்கியபடி மணிவேலிடமிருந்து தள்ளிப் படுத்துக் கொண்டாள். திறந்த கதவினூடே சில்லிட்டு வந்த காற்று போர்வைக்குள் ஊடுருவி உடலைத் துளைத்தெடுத்தது.

மாமனார் செருமிக்கொண்டே மீண்டிருந்தார். கதவை அறைந்து மூடிவிட்டுப் படுத்தவர் இரகசியமாய் பேசும் சத்தம் கேட்டது. பின் சில அசைவுகளெழுப்பும் ஒலியும் மாமியின் வலிந்து ஏற்படுத்திக் கொண்டதான இருமலும்.

மனது ஏனோ கனத்தது.

ராசாத்தி போர்வையை விலக்காதிருந்தாள். அவர்கள் இருவரும் எவருமறியாவண்ணம் பேசிக்கொள்ளவும் செய்தார்கள். மழை வலுத்திருந்தது. ஓரிருநாய்கள் வெளிச்சுவரோரமாய் ஒதுங்கி வறட் வறட்டென்று தன்னைத்தானே சொரிந்துகொள்ளுவதான சப்தமும் கேட்கத் தொடங்கியது.

'குடிக்கார மட்ட'

மணிவேலை ஏச வேண்டும் போல் உந்திய எண்ணத்தை அடக்கிக் கொண்டாள். அவன் மீதான கோபம் பன்மடங்காகப் பெருகத் தொடங்கியிருந்தது.

கல்யாணமான புதிதில் ஒருசில நாட்கள் மட்டுமே குடிக்காமல் தன்னுடன் இரவை கழித்திருக்கிறான்.

அந்தக் கொஞ்ச நாட்களில் ஒரு மனிதனாய், ஒரு முழுமையான ஆண் மகனாய் தனக்கு அவனை எவ்வளவு பிடித்திருந்தது? பின்வந்த நரக நாட்களின் அனுபவம்.

ச்சீய்...!

அவன் தூங்கியே தொலைக்கட்டும் என்று எண்ணிக்கொண்டாள்.

போதை மயக்கத்தில் வெறிகொண்டு ஆடை களைந்து முரட்டுத்தனமாய் தன் மீதேறி... பகலெல்லாம் உழைத்துக் களைத்தவளுக்கு இந்தக் கூத்தில் துளியேனும் விருப்பமிருக்கவில்லை.

மறுக்கவும் முடியவில்லை.

தான் ஆசைப்படும் விதத்தில் ஏன் இவனால்...

அவள் யோசிக்கக் கூட திராணியற்றவளாய். மூக்கை அடிக்கடி உறிஞ்சி அழுகையை அடக்கிக் கொண்டாள்.

எத்தனை முயன்றும் அவளால் தூங்கவே முடியவில்லை.

வெளிச்சொல்லிவிட இயலாத இந்த உணர்வை காலமெல்லாம் மனதோடு வைத்து பூட்டிக்கொள்ள மட்டுமே தனக்கு முடியுமென்று அவளுக்குத் தோன்றியது.

இதனால்தான் தேயிலை காண் வழியே சில பொம்பிளைகள் மானங்கெட்டு திரியுதுகளோ என்னவோ!

நேரம் இரண்டை தாண்டிய நிலை. இனியும் தூங்காதிருந்தால் காலையில் வேலைக்குப் போக முடியாமல் போய்விடும். ஒருநாள்

பேர் வீணாகிவிடும். ஆனாலும் தூங்கிவிட வேண்டுமென அவள் எடுத்த அத்தனை முடிவுகளும் தோற்றுப்போயிருந்தன. கண்களை மிக இறுக்கமாக்கி... ஒன்றிலிருந்து நூறு வரை எண்ணி... குப்புறப்படுத்து... மல்லாந்துப்படுத்து எதுவுமே கைகொடுக்கவில்லை.

படாரென எழுந்து கொண்டாள். வீடே நிசப்தித்து உறங்கிப் போயிருந்தது. மீண்டும் அமர்ந்து கண்மூடி யோசித்தாள்.

என்ன செய்வதென்று ஒன்றும் தெரியாமல் தலையைச் சொறிந்தாள். முகத்தை தலையணையுடன் பொத்தி வைத்து தூங்கிப் பார்த்தாள். கைவிரல்களை ஒன்றாகக் குவித்து தரையை குத்தினாள். போர்வையை இழுத்து காதுகள் இரண்டையும் அடைத்து மூடினாள். ம்ஹீம்...ஒன்றுமே வேலைக்கு ஆகவில்லை.

திடீரென ஏதோ எண்ணியவளாய் அவன் குடித்துவிட்டு வைத்திருந்த சாராய போத்தலில், மிகுதிபட்டிருந்த ஒரு பங்கை அவதானித்தாள். அவனையும் மிகுதிப்பட்ட சாராயத்தையும் திரும்பத் திரும்பப் பார்த்துக் கொண்டிருந்தாள். தனது சீரான மூச்சு பெருமூச்சாக மாற்றடைந்து கொண்டிருந்தது. அவனைப் பார்த்தபடியே அந்தச் சாராய போத்தலை எடுத்து மடக்கென்று தொண்டைக்குள் சாய்த்துக் கொண்டாள்.

வாயெல்லாம் கசந்து, தொண்டை எரிந்து சுர்...ரென்று உள்ளிறங்கியது. வயிற்றிற்குள் ஏதோ கபகபவென பற்றி எரிவதாய். சுரக்கும் எச்சில்கூட குமட்டிக்கொண்டு வரும் ஒர விதமான கசப்பாய்.

'தூ... எப்புடிதான் குடிச்சு தொலைக்கிறான்ங்களோ?

நேரம் செல்லச் செல்ல கண்கள் சொருகியது. மயக்கமாக வந்தது. மிதப்பது போலொரு உணர்வு அதிகரித்து ஏதோ புதியதொரு உலகத்திற்குள் பிரவேசிப்பதாய்... அவள் நிம்மதியாகத் தூங்கிப் போனாள்.

- *ஞானம் 2018*

விரும்பித் தொலையுமொரு காடு

யாருக்கேனும் இதுவொரு சிறு சம்பவமாகவோ அல்லது அடுத்து வரப்போகும் நிகழ்வின் ஒரு பகுதியாகவோ இருந்துவிட்டுப் போகுமெனில் அதற்காக என்னால் செய்யத்தக்கதான ஆகக்கூடியச் செயல் மௌனமாயிருப்பது மாத்திரமேதான். முடிந்தால் நேரமொதுக்கி என்னிடம் கேளுங்கள் தயக்கமின்றி சொல்கிறேன். இதுவொரு வரலாற்றுத் திருப்பம் என்று... ஒட்டுமொத்தக் கற்பனைகளும் நம்பமுடியா சாத்தியப்பாடென்று... அன்றேல் வேறொரு விதத்தில் கூறமுனையின், ஒன்றை இழந்து ஒன்றைப் பெறும் அமையச் செலவென்று... ஆம். அப்படிச் சொல்வதில் நிச்சயமாய் தவறேதும் இல்லையென்றுதான் நினைக்கின்றேன். மிகச்சிறந்த ஒன்றைப் பெற்றுக் கொள்வதற்காய் சிறந்த ஒன்றை இழக்க நேரிடின் அது அமையச்செலவு தானே!

நிறைவேறத் துடிக்கும் ஆழ்மன வெளிப்பாடுகளுள் ஒன்றாய், உயரிய பாதுகாப்பாய் இன்னும்... ஆத்ம திருப்தி தருவதாய், எல்லையில்லா பூரணத்துவத்தை உணர்த்துவதாய்... நிஜமாகவே நான் தொலைவேனென எண்ணிக்கொண்டிருக்கும் அந்தக் காட்டுப் பயணம் இப்படியானதாய் அமையப் போகிறதென்று தான் எண்ணிக்கொண்டிருந்தேன்.

நான் மட்டுமல்ல, எனையொத்த அனேக பெண்களின் நம்பிக்கை இதுவாக மட்டுமேதான் இருக்கிறது. நம்பிக்கை என்று சொல்வதை விட எங்களது பிரார்த்தனைகளையும் இச்சம்பவமே முழுதுமாய் ஆக்கிரமித்துக் கொண்டிருக்கிறது.

அத்தகைய ஆக்கிரமிப்புகள் காட்சிப்படுத்திடும் ஆசைகளின் விரிவை தனித்திருத்தலால் மாத்திரமே காண முடிகிறது. அவை விபரிப்புகளுக்கு அப்பாற்பட்டது. நிச்சயமாய் சொற்களுக்குள் அடங்கிக்கொள்ள மறுப்பது.

‘அடியேய் எரும... எத்தன தடவ கூப்டுறேன். என்னன்னு கேக்குறாளான்னு பாரு’

இப்படியான அம்மாவின் திட்டுதல்கள் என்னை எந்த வகையிலும் தொந்தரவு செய்வதாயில்லை. இதனையொத்த கனவுகளையே தாமும் ஒருநாள் கண்டிருந்தோம் என்பது இந்த அம்மாக்களுக்கு ஞாபகமிருப்பதில்லையோ என்னவோ... இடக்கிடை குறுக்கிட்டு நீண்டு கொண்டிருக்கும் சில அற்புதமான நினைவுகளைப் பிடுங்கிக் கொள்கின்றனர்.

'எப்பபாரு பார்த்த இடத்தையே பார்த்து... அப்டி என்னத்த யோசிச்சு தொலைக்கிறாளோ என்ன கருமமோ...

ஏண்டி இந்த ஒலகத்துலதான் இருக்கியா என்ன?'

அம்மா நினைப்பது சரிதான். அது சற்றே வித்தியாசமான உலகம். அதே மக்கள், அதே வாழ்வு, அதே சடங்குகள், அப்படியேயான சம்பிரதாயங்கள். ஆனால் சில தருணங்களில் அது நிஜமல்ல என்பது போலவும் இன்னும் சிலபொழுதுகளில் உலகைத் தாண்டியதொரு வேற்றுக்கிரகம் என்பது போலவுமாய் இரண்டுமற்ற நிலையினதாய் அவ்வுலகம் தோற்றமளித்துக் கொண்டிருக்கும்.

'நீயெல்லாம் இன்னொரு வீட்டுக்கு போய் பட்டாத்தாண்டி தெரியும்'

'காலா காலத்துல இவளுக்கு ஒரு வழிய தேடியிருந்திருக்கணும். இப்டியே போனா பைத்தியகார ஆஸ்பத்திரிக்கு குடும்பத்தோட போக வருமோ என்னமோ'

என் பிரதிபலிப்பு வெறும் மௌனமாகவே இருந்ததால் அம்மா தொடர்ச்சியாக திட்டிக் கொண்டேயிருந்தாள். அம்மாவின் இந்தச் சந்தேகம் எனக்குமே பெரியதொரு நெருடலாய் இருந்து கொண்டுதானிருந்தது. இந்த நினைவுகளெல்லாம் வெறும் பைத்தியக்காரத்தனங்களாய் இருந்து விடுவதற்கான வாய்ப்புகளும் இருந்ததென்பதை மறுப்பதற்கில்லை. ஆனாலும் கனவிற்கும் நனவிற்கும் இடைபட்டதான ஒரு திண்மத்தை ஸ்பரிசித்தலோ அல்லது அவதானித்துணர்தலோ சாத்தியமில்லாததாக இருக்கும்போது அவ்வுலகம் வெறுமனே கற்பனையினாலானது என்று விலகுதலும் சுலபமாயிருக்கவில்லை. ஒரு கட்டத்தில் அதன் உறுதி நம்பும்படியாகவும் உண்மைத்தன்மை நிறைந்ததாகவுமே இருக்கின்றது. மனிதக் குரலோசைகள் பரிகாசங்களும், ஏவல்களும் நிரம்பியதாய் அவ்வப்போது ஒலித்து மறைகின்றன. ஏலவே காட்டுக்குள் தொலைந்து போனவர்களது பிரகாசமான பிம்பங்கள் தூரத்தில் காட்சிகளாகத் தெரிகின்றன. அவர்கள் மிகப் பூரிப்புடன்

உலா வருவதை போன்ற வெளிப்படுத்தல்களாகவும் காணக் கிடைக்கின்றன.

அந்த விசித்திர உலகைப் பொருத்தவரை காட்டிற்குள் காணாமல் போதல் எனும் சம்பவத்தை மக்கள் பெரும் சம்பிரதாயமாகவே கொண்டாடினார்கள். அதற்கான சாத்தியக்கூறுகள் அனைத்தையுமாய் பெண்குழந்தைகளின் பிறப்பின் போதே தீர்மானித்துக் கொண்டார்கள். பருவ வயதினுள் நுழைய, நுழைய தொலைந்து போதல் பற்றியதான தேடலையும் அதன் சுவாரசியங்களையும் இளம் பெண்கள் தங்களுக்குள்ளாகவே பேசி மகிழ்வது கண்டு வெகுவாக உற்சாகமடைந்தார்கள்.

நானும்காடுகளைச் சார்ந்தேயல்லாமல் வாழ்தல் சாத்தியமேயில்லை என்று எண்ணி நீண்டநாட்களாக காத்திருக்கத் தொடங்கியிருந்தேன். தொலைதலிலான இதம் என் பரவசத்தை யாருக்கும் தெரியாமல் பதுக்கியே வைத்திருந்ததை இரகசியமாய் அனுபவித்துச் சிலிர்த்தேன்.

நான் சுயநினைவின்றி பிதற்றித் திரிவதாகவும் சிலர் பேசிக்கொள்ளத் தொடங்கினார்கள். அம்மா மிகவும் பயந்து போய் அவசர அவசரமாக என் திருமணம் பற்றி யோசித்தாள், விவாதித்தாள், என்னிடம் சம்மதமும் கேட்டாள்.

‘ஏண்டி... மாப்புள கை நெறய சம்பாதிக்குறாரு...”

‘ம்ம்...’

‘பார்க்க லட்சணமா வேற இருக்காரு’

‘ம்ம்’

‘ஒன்னய அவங்களுக்கு ரொம்ப புடிச்சிருக்காம்’

இது எப்படி ஒரே பார்வையில் சாத்தியமானதென்று தெரிய வில்லை. உள்ளுக்குள்ளேயே சிரித்துக்கொண்டேன். மறுப்பதற்கான காரணங்கள் எதுவுமே இருக்கவில்லையென்பதால் சரியென்பதாய் தலையாட்டினேன்.

வழமை போலான என் மௌனத்தையும் சொற்களற்ற சம்மதத்தையும் சாதகமாக்கிக் கொண்டு, அடுத்தகட்ட வேலைகளை அம்மா ஆரம்பித்தாள். தன் மிகப்பெரிய கடமை முடிந்ததாய் என் திருமணத்தையும் நடத்தி முடித்திருந்தாள்.

‘வாழ்க்கைக்கு ஆயிரமாயிரம் கால்கள் இருக்கும்... நாம தான் திச மாறாம நடக்க பழகிக்கணும்மா’ என்றபடி வழமைக்கு மாறாக

அம்மா கண்கலங்கிய போது, சொல்லிவிட நினைக்கும் எதையோ ஒன்றை அவள் சொல்லாமல் விட்டிருக்கிறாள் என்றே தோன்றியது.

அம்மா எதையெண்ணி அப்படிக் கூறினாளோ தெரியவில்லை. ஆனால் என் கற்பனைகளும் நனவுலக நடைமுறைகளும் ஒரு கட்டத்தில் சங்கமித்தன. நான் ஆனந்தமாய் இருப்பதாய் எண்ணிக்கொண்டேன். அப்படியே வெளிர்நீலம் படிந்த பின்னொரு நாளில் எல்லோரையும் போலவே நானும் காட்டிற்குள் தொலைவதற்காய் விருப்பத்துடன் பிரவேசித்தேன்.

அடர்பச்சை இலைகள், கிளைகளுக்கிடையேயான கீற்றொளிகள், ஊதாநிறப்பழங்கள், பெயர்தெரியா பட்சிகளின் முணுமுணுப்புகள், எங்கோ விழுந்து தெறிக்கும் நீர்வீழ்ச்சியின் மிதமான சாரல்...

அடுத்ததென்ன...?

காடு என்னை பத்திரமாய் அழைத்துச்சென்றது. வழிகாட்டியது. சமயங்களில் ஆச்சரியப்படுத்தியது. நான் தொலைய வேண்டிய இடத்தையும், திசையினையும் கச்சிதமாய் திட்டமிட்டு காட்டித்தந்தது. தொலைதலுக்கான என் முற்படலை ஆர்வத்துடன் வரவேற்று அவதானித்துக் கொண்டிருந்தது. எல்லாமே என் விருப்பதின் பேரில் நடப்பது போன்றதான பிரமையினையும் ஏற்படுத்தி விட்டிருந்தது.

ஆங்காங்கேயான காட்டின் துர்மணங்களையும் அருவருக்கத்தக்கதான பிசுபசுப்புக்களையும் எதிர்பட்ட சிறு புதர்களையும் உதாசீனப்படுத்திக்கொண்டு குறைவற்ற மகிழ்ச்சியுடனேயே நான் காட்டை எதிர்கொள்ளத் தொடங்கியிருந்தேன்.

இடைக்கிடையே வந்துபோன அம்மாவின் நினைவுகளையும், கடந்த தடங்களையும் தவிர்க்க விரும்பினேன். காடு என்னை முழுமையாக ஏற்றுக்கொண்டிருந்தது.

விசித்திரமான சப்தங்களும் இதுவென அடையாளப்படுத்திடவியலா வாசனையும் என்னைச் சூழத்தொடங்கின. என் அடியோசையுடன் உலர்ந்த சருகுகளும் குச்சிகளும் சேர்ந்தே நொறுங்கி ஒலியெழுப்பிக் கொண்டிருந்தன. நான் விடுபடா வண்ணம் காடு என் விரல்களை தன்னுடன் மிக இறுக்கமாய் பிணைத்திருந்தது. பரஸ்பர நேசிப்பின் மேன்மையினை தேவையேற்படும் போதிலெல்லாம் உணர்த்தியது... இல்லை போதித்தது.

வாழ்வின் போதையில் திளைத்து சிலபொழுதுகளில் மயங்கி

முழுக்காடுமே என்வசப்பட்டுப் போனது போலொரு அதிசயத்தைப் பார்த்து திகைத்திருந்தேன். காலத்தோடு சேர்ந்து அதே நம்பிக்கையில் நடந்தேன் அவ்வப்போது ஓடியும் போனேன்.

முதலில் நுகர்ந்தேனா அல்லது உணர்ந்தேனா? சரியாகச் சொல்லத் தெரியவில்லை. காடெங்குமான வாசனையையும் அதிகாரத் தொனிகளையும் சில காலங்களின் பிறகே உள்வாங்கிக்கொள்ள ஆரம்பித்திருந்தேன். அதன் விசைக்கொப்ப அனிச்சையாய் பயணித்த படி கணக்கிலற்ற இரவுகளையும் மூடியிருந்த பகற்பொழுதுகளையும் எண்ணத் தொடங்கியிருந்தேன்.

காட்டின் மையப்பகுதி வரையிலான நகர்தலின் பின் இலேசாய் மூச்சுமுட்டும் ஒரு தன்மையினை அனுபவித்தேன். என் முச்சிறைப்பு வெளியே கேட்டுவிடக்கூடாதென்பதால் மிகக்கவனமாய் மறைத்தும் வைத்திருந்தேன். பகற்பொழுதுகளை விடவும் இரவுகள் மிக நீட்சியுடையதென அதன் பிறகே கண்டுபிடிக்க முடிந்திருந்தது. பாதிசாமத்திற்குப் பிறகான இரவுகளில் நான் தனித்து விடப்பட்டதால் எனக்கே தெரியாமல் என்னுள் இருந்து வெளிவரத்துடித்த கூக்குரல்களை அனுமதித்துச் செவிசாய்த்தேன்.

என் குரலுக்கு ஒப்பான பல்லாயிரம் விதமான பெண் குரலொலிகள் உச்ச ஸ்தாயியில் உரத்துக் கத்தும் ஓசை சிறுகச்சிறுகப் பெருத்து அப்படியே ஒற்றை அலையாய் காட்டைச்சுற்றியும் அலைமோதித் திரிவதை நிதானமாக அவதானித்தேன். வலிந்து அடைப்பட்டிருந்த அக்குரலொலிகள் செவியொன்று திறந்திருப்பதை கண்டு கொண்டனவாய் திமிறித் தெறித்து எதிரொலிக்கத் தொடங்கியிருந்தன.

‘நான் எங்கேயிருக்கிறேன்?’

‘ஏன் என்னால் மனம் திறந்து சிரிக்க முடியவில்லை...?’

‘என்னை விட்டுவிடு... எனக்கு எதுவும் வேண்டாம். என்னை மீண்டும் அனுப்பிவிடு”

‘கர்த்தாவே என் வாழ்க்கையை ஏன் நரகமாக்கினாய்?’

‘ஆண்டவா நான் மௌனமாகவே இருந்துவிட்டு சாகும் வரம் தா. என்னால் யாரும் பாதிப்படையாமல் பார்த்துக்கொள்’

‘கதவுகள் தென்படவில்லையே... எப்படி நான் தப்பிப்பேன்?”

‘எப்போதேனும் அவ்வதிசயம் நடந்துவிடாதா? நான் இங்கிருந்து யாருக்கும் தெரியாமல் வெளியேறிவிடமாட்டேனா?’

எல்லா ஓலங்களுமே தங்களை சாந்தப்படுத்திக் கொள்ள முட்டாள்தனமாக எதையெதையோ உளறி தமக்குள் துன்பங்களை அழுத்தி வைத்துக் கொண்டதாகவே தோன்றியது. அதிகாரமும் அடக்குமுறைகளுமாய்; உலாவிய ஒருசில குரலொலிகளும் இடைக்கிடையே வந்து மோதுண்டன.

அம்மா பேச முனைந்த பொழுதிலெல்லாம் மௌனத்தை பதிலாய் தந்த என் முட்டாள்தனம் ஆழமான குற்றவுணர்ச்சியாய் மாறியிருந்தது. நினைக்கும் போதெல்லாம் பேசிச் சிரித்து மகிழ்ந்திட யாரேனும் வானிலிருந்தேனும் குதித்து வந்துவிட மாட்டார்களா எனவும், அம்மாவிடம் ஓடிப்போய்விட வேண்டுமென்றும் மனது இறைஞ்சியது.

பழைய ஞாபகங்கள் தந்த அசாத்திய தைரியத்தில் கொஞ்சம் அதிகாரமாய் பேசலாம் என்றெண்ணி முதற்தடவையாய் எனக்காக வாய் திறந்தேன். மையப்பகுதியைத் தாண்டிய காட்டின் திசைகள் அடர்த்தியானதாயும் அகோரமானதாயும் தென்பட்டதால் பயங்கரமான நிசப்தம் என் குரலொலியைக் கட்டுப்படுத்தி பயவுணர்வை அதிகமாய் பரப்பியது. என்னை முழுவதுமாய் தன்வசப்படுத்தியிருந்தது. தனக்கேற்றாற் போலவே வழிநடத்தவும் செய்தது.

மந்திரித்து விட்டாற் போல் மறுப்பின்றி செயற்பட்ட நான், வளைந்த மரச்சந்துகளுக்கிடையே குனிந்தும் தேவையேற்படின் தவழ்ந்துமாய் என் பயணத்தைத் தொடர்ந்துக் கொண்டிருந்தேன். உடலின் சிராய்ப்புகளையும் சிறு சிறு கீறல்களையும் கணக்கிலெடுக்காமல் துடைத்தெறிந்துவிட்டு நடந்து கொண்டேயிருந்தேன்.

ஆழமாகக் குத்திக் கிழித்த விஷமுட்களின் ஓரிரு காயங்கள் ஊமைவலியைக் குடைந்தெடுத்து தந்துகொண்டிருப்பதை நினைத்துப் பார்க்க நேரமற்றவளாய் காட்டிற்குள் விடாமல் நடப்பதையே இலக்காகக் கொண்டு, திரும்பிப் பார்க்கத் தோன்றாமல் கால்கள் காட்டிய, காடு விரும்பிடும் பாதையில் விரைந்தேன்.

பெண்களின் இந்தப் பயணம் மிகப் பாதுகாப்பானதாய் தென்பட்டாலும் உள்ளுக்குள்ளேயான தழும்புகளையும் சீழ்வடியும் புண்களையும் பற்றி யாருமே பேசத்துணியவில்லை. அவர்களின் இலக்கு நோக்கிய நடை பற்றியதான புகழ்தலை காற்றினூடு பரப்பி பெண்களுக்கு மரியாதை செய்யவே எல்லோரும் விரும்பினார்கள்.

சுவாரசியங்களுக்கோ சுய எழுச்சிக்கோ இத்தொடர் பயணத்தின் போது இடமில்லை என்பதனை ஓய்வற்ற அந்த நடை எனக்கு உணர்த்தி களைப்பையும் சலிப்பையும் ஒருங்கே காட்டத் தொடங்கியது. அடிக்கடி வியர்த்ததால் உள்ளாடைகளில் வழிந்த வியர்வைத்துளிகள் நசநசத்து உடலைப் பிடித்துக்கொண்டு குமட்டுவதாயும் இருந்தது. ஆனாலும் என்னிடம் அனுமதி கேட்காமல் காட்டின் தட்பவெப்பத்திற்கமைவாக எனக்குள் உருவாகும் வியர்வைத்துளிகளை மேனியெங்கும் வடியவிட மெதுவாகப் பழகிக் கொண்டேன். அதன் மணம் அழகானதென எல்லோருக்கும் சொல்லி நம்ப வைத்தேன். அதிகம் ஏன்! சமயத்தில் நானேகூட நம்பினேன். வியர்வை வழிய வழிய அதனைச் சகிக்கப் பழகியவளாய் வெளியில் சிரித்தபடி நடந்தேன். நான் என்னைக் காணாமல் ஆக்கிக்கொண்டது எனக்கே தெரியக்கூடாது என்பதற்காய் நானறியாமல் விரைந்தேன்.

வந்து மோதும் சிறு பூச்சிகளிடமும் எட்டத்தெரியும் காட்டுப் பூக்களிடமும் சத்தம் வராமல் என் ஆதங்கங்களைப் பகிர்ந்து கொண்டபடியே நடையைத் தொடர்ந்தேன்.

'உன்னை பார்த்தால் பரிதாபமாக மட்டுமேயிருக்கிறது. நீயும் எனையொத்து மென்மையாய் இருக்கிறாய். அற்புதப் படைப்புகளுள் ஒன்றென்று கொண்டாடப்படுகிறாய். என்றேனும் ஒருதினத்தில் நீயும் வலிமையான கரங்களால் பறிக்கப்படக்கூடும். சிலவேளை கசக்கி எறியப்படவும் கூடும். அல்லது உன் விருப்பத்திற்கு மாறாக யார் தலையிலோ இல்லையேல் கழுத்திலோ மாலையாகக்கூடும்'

பூக்கள் பதில் பேசுவதில்லையென்பது எனக்குத்தெரியும். நான் பதிலொன்றை எதிர்பார்க்கவுமில்லை. தொட்டுவிடும் தூரத்தில் குலுங்கிக் கொண்டிருந்த அம்மலர்களைப் பறித்து இரசிக்க நான் விரும்பவில்லை. எனக்குத்தெரியும். உரிமை கொண்டாடுவோரற்ற மலர்களாயினும் அவை தம் அனுமதியின்றி பிறர் தீண்டுவதை விரும்புவதில்லையென்று.

எதிர்திசையில் இதோ என்னைப் பறந்து கடக்கும் இச்சிறுவண்டுகளுக்கு என் பாஷை புரியுமென நான் நினைக்கவேயில்லை. ஆனால் கேட்கத் தோன்றுகிறது.

'உன் சிறகுகளை துண்டிக்கும் சடங்குகளேதும் உன் வம்சத்தில் இல்லையா என்ன..? ஓ...! நீ பெண்தானென்று எங்ஙனம் நானறிவேன்? திக்குத்தெரியாமல் பறந்து திரியும் நீ பெண்ணாய் இருந்திட வாய்ப்பில்லைதான். போ... போ எங்காவது போய்த்தொலை'

பதில்களற்ற கேள்விகள் எனக்குப் பழக்கமானவைதான். கால்களில் இடறும் காய்ந்த குச்சிகளிடம் மட்டுமல்ல, எப்போதாவது மென்மையாய் பறந்துவந்து மேனி தொடும் இலவம்பஞ்சிடம் கூட பேசுதல் ஆறுதலாய்தான் இருக்கிறது. என்றாலும் அம்மா கோபப்பட்டதில் தவறிருக்க முடியாது. அப்போதெல்லாம் நான் பதில் பேசியிருந்திருக்க வேண்டும்.

ஒருமுறை... ஒரே ஒருமுறை பின்னால் திரும்பி நான் நடந்து வந்த தடம் தெரிகிறதாவென்று பார்த்துவிடத் தோன்றுகிறது. மீண்டும் அர்த்தமற்ற கற்பனைகளில் மிதப்பதிலிருந்து மீண்டு, வாழ்ந்துப் பார்த்துவிடத் தோன்றுகிறது. என்றாலும் அத்தடத்தின் வழியே மீண்டும் ஆரம்ப இடத்திற்கே போய்ச்சேரத் தோன்றினால்...? போய்சேருவதென்று முடிவும் செய்து விட்டால்..? இல்லையில்லை. அது என் வர்க்கத்திற்கே முரண்பாடான செயலாயிற்றே! நிச்சயமாய் அம்மாவும் அதை விரும்பியேற்கப் போவதில்லை.

திரும்பிப் பார்த்தலை நான் வெறுக்கிறேன். வெறுக்க வேண்டும் என்று தீர்மானித்துக் கொள்கிறேன். அதனால்தான் நடந்து போதலை விரும்புகிறவளாய் பாவனை செய்வதையே பழக்கப்படுத்திக் கொண்டிருக்கிறேன். வேறுவகையில் சற்றே ஆழ்ந்து யோசித்தால், இவையெல்லாமும் வெறும் பிரமை என்பது போலவும் சில போலிப் பிரசாரங்கள் தந்த உந்துதலால் தொலைந்து போனது போலொரு மாயைக்குள் சிக்குண்டு வெறுமனே வேறொரு கனாக்கண்டு கொண்டிருப்பதாயும் படுகிறது.

பிறகென்ன தடை..! பிடிக்காதவை வெறும் கனவென்றே ஆகிப்போகட்டுமே.

திடீர் திருப்பமாய் காட்டிலிருந்து வெளியேறும் வழிகள் பற்றி தேடியறிய முற்படுகிறேன்.

காடு சிலிர்த்துக் கொள்கிறது. என்னைச் சுற்றிலும் நச்சுத் தாவரங்களும் பெரிய மரங்களின் ஆணிவேர்களுமாய் பின்னிக்கொள்கின்றன. கண்ணுக்குத் தெரியாத பல்லாயிரம் மனித கைகளும் அவர்தம் சூடான மூச்சுக்காற்றும் வெளித்தெரியா பெருந்தடைகளாய் என் முன்னால் விரியத் தொடங்குகிறன. போகவேண்டிய வழியெங்கிலுமாய் தம்மை நிரப்பிக் கிடக்கின்றன.

அவை பல நூற்றாண்டுகால உடைத்தெறிய முடியா தடைச்சுவர்கள் என இனங்கண்டு ஸ்தம்பித்துப் போகிறேன். மறுநொடி, நான் மிக ஆபத்தான காடொன்றினுள்ளேயே மாட்டிக்கொண்டிருப்பதாகவும் விரும்பினாலும் என்னால் வெளியேவர முடியாதெனவும், தவிர...

இது நிச்சயமாய் கனவு அல்ல என்றும் எல்லோருக்கும் கேட்குமாறு சத்தமாய் கத்தத் தொடங்குகிறேன். தொடர்ச்சியாக கத்திக் கொண்டேயிருக்கிறேன்.

எனதந்த ஓலம் காடெங்குமாய் எதிரொலித்ததால்பலர் அதனை செவிமடுத்திருக்கக் கூடுமென்றுதான் சொல்ல முடியும். ஏனெனில் அதன்பிறகாய் யாருடையதென்று தெரியாத பல குரல்களுக்கு நான் பதில் சொல்ல வேண்டிய தேவையொன்று ஏற்பட்டிருந்தது.

அக்குரல்கள் எனைச் சுற்றிலுமாய் மிதந்து தன் ஸ்திரத்தன்மையை கெட்டியாக பாதுகாத்துக் கொண்டிருந்தன.

'காட்டின் பாதைகள் அடர்த்தியானதென தெரிந்தும் விரும்பியே ஏன் தொலைய முற்பட வேண்டும்?'

'கிளைப்பாதைகள் பலதை கொண்ட காட்டில் முட்கள் நிறைந்த பாதையை முட்டாள்கள் மட்டுமே தெரிவு செய்திருப்பார்கள்!'

'பிதற்றும் சில பைத்தியங்களை தாண்டி காட்டையே ஆளக்கூடியவர்கள் எத்தனையோ பேர் இல்லையா என்ன?'

தொடர்ச்சியாய் சுழன்றடித்த அக்கேள்விகளுக்கு பதிலற்றவளாய் நான் நின்றுக் கொண்டிருந்தேன். என் எல்லா வாதாடல்களும் பூச்சியமாகி பெறுமதியற்றுப் போயிருந்தன. எதிர்பாராமல் விசிறியடித்த பலத்த காற்றின் மோதலில் நிலைத்தடுமாறி நின்று... பின் நிதானித்து வலிய கொடியொன்றினை இறுகப்பற்றி என்னை பாதுகாத்துக் கொள்கிறேன்.

தொடர்ச்சியாகவும் நடந்தால் மாத்திரமே பயணித்தல் சாத்தியம் என்றாகிப்போன தவிர்க்க முடியா இக்கட்டத்தில் தேவைக்கு மிஞ்சிய புத்திசாலித்தனம் தேவைப்படுகிறதென்பதை நிஜமாகவே என்னால் உணர முடிகிறது. அதனால்தான் காடு சிறந்ததொரு மேடையாகவும் இருக்கிறது எனும் மிகப்பெரிய உண்மையை நான் மெதுவாய்தானும் சொல்லிக்கொள்ளாமலேயே சிரித்த முகத்துடன் நகர்ந்து விடுகிறேன்.

வேறென்ன செய்துவிட முடியும்?

யாருக்கேனும் இதுவொரு சிறு சம்பவமாகவோ அல்லது அடுத்து வரப்போகும் நிகழ்வின் ஒரு பகுதியாகவோ இருந்துவிட்டுப் போகுமெனில் அதற்காக என்னால் செய்யத்தக்கதான ஆகக்கூடிய செயல் மௌனமாயிருப்பது மாத்திரம் தானே!

- நடு 2020

ஒரு அரசமரமும் சில வௌவால்களும்

“இன்னு கொஞ்ச நாள்ல வீட்டுக்குள்ளயும் வேர் வந்து வீடெல்லாம் வெடிக்கப்போகுது பாரு...”

அம்மா பேசிக்கொண்டிருப்பது மரத்துடன்என்பதையறியாமல் நான் பதில் பேசிக்கொண்டிருந்தேன்.

“அதுக்காக வேர் எங்கெல்லாம் போகுதுன்னு தேடித்தேடி வெட்ட முடியுமா என்ன...?”

“பின்ன என்னடி, அரச மரமாச்சே வெட்ட கூடாதுன்னு பாதுகாத்துவச்சா முழுசா அபகரிச்சிடும் போலிருக்கே...!”

என்னதான் அடிக்கடி இப்படித் திட்டினாலும் இந்த அரசமரத்தின் மீதான ஈர்ப்பு நாளுக்குநாள் அதிகரித்தப்படியேதான் இருந்தது.

பெருத்த தன் உடலுடன் கிளைகளையும் இலைகளையும் முடிந்தவரைக்கும் விஸ்தரித்துக் கொண்டு என்வீட்டு பின்வாசலுக்கு நேராக சற்றே எட்டி நின்றதந்த மரம்.

இளைப்பாற வந்தமரும் பெயர்தெரியா பட்சிகள் பகற்பொழுதுகளிலும், எண்ணிக்கொள்ளவியலா வௌவால்கள் இராப் பொழுதுகளிலும் மரத்தை தன்வசப்படுத்திக் கொண்டன. போதாகுறைக்கு மரத்தின் ஆளுயர தண்டுப்பகுதியில் தென்பட்ட இருள்கவ்விய சிறு பொந்தொன்றுக்குள் காவிநிறம் படிந்த உடும்பொன்றும் தன்னைப் பதுக்கி பாதுகாத்துக்கொண்டிருந்தது.

மரத்தினடியைக் கடந்து செல்வோர் மாத்திரமின்றி தூரத்தேயிருந்து மரத்தின் குளிர்ச்சியை அவதானிப்போர் வரை எல்லோராலும் மரம் பற்றியதான ஏதோ ஒரு கருத்து அன்றாடம் பரப்பப்பட்டுக்கொண்டேயிருந்தது.

பௌத்த மக்கள் நிரம்பிய என்வீட்டுச் சூழலில் அந்த அரசமரத்திற்கென்று தனித்ததொரு மரியாதை கிடைத்ததெனினும், அம்மரத்தினடியில் கௌதம புத்தரின் சிலையொன்று வைக்கப்படாமைக்குக் காரணம் எதுவாக இருக்கமுடியுமென்று

தெரிந்துக்கொள்ள நான் ஒருபோதும் முயற்சித்ததில்லை. என்றாலும், நாங்கள் பிற மதத்தவர்களாய் இருப்பதாலும், எங்கள் வீட்டு வாசலில் அம்மரம் நிற்பதுவும் அதற்கு காரணங்களாக இருக்கக்கூடுமென என்னால் ஊகிக்க முடிந்தது.

என்னதான் நாங்கள் வேறானவர்களாய் இருந்திட்ட பொழுதிலும் அம்மரத்தின் புனிதமும் வரலாற்றுச்சிறப்புகளும் எங்கள் உணர்வுகளிற்குள்ளும் பரவியேதான் இருந்தன.

கூடவே எங்கள் மூத்த பரம்பரையினரது அரசமரத்துடனான தொடர்புகள் பற்றிய அம்மாவின் நினைவு மீட்டல்களையும் தவிர்க்க இயலாமலிருந்தது.

அம்மாவிற்கும் அரச மரத்திற்குமிடையிலான உறவு விசித்திரமானது. மரத்தின்மீது எவரையும் ஏற விடவோ ஒரு கிளையைத்தானும் முறிக்கவோ மறுக்கும் அவள், காலைப்பொழுதுகளில் வாசலை சுத்தம் செய்கையில் மாத்திரம் இடையறாது திட்டிக்கொண்டேயிருப்பாள்.

அவளது வசவுகள் அம்மரத்தின் பருத்த தண்டிலேயே பட்டு மீண்டு வந்து எங்கள் காதுகளுக்குள்ளும் விழும்.

“தூருல நோண்டி பெருங்காயத்த வச்சாலும் பரவால்ல...”

“எழவெடுத்த மரம் உசுர வாங்குது...”

தொலஞ்சுபோன வெளவாலுக்கெல்லாம் வேற எடமே இல்லயா...”

“கருமம்... கருமம்... செத்து தொலையுதுகளா பாரு...!”

இரவுப்பொழுதில் மரத்தை முழுதாய் ஆட்சி செய்யும் வெளவால்களுடன் அம்மா படும் துயரம் அவளை என்னவெல்லாமோ பேச வைத்தது.

தினமொரு விதமான எச்சங்கள். சில பொழுதுகளில் வாசலெங்கும் பச்சையிலைகளை மென்று துப்பினாற் போல சக்கை சக்கையாய் சிதறிக்கிடக்கும். சில நாட்களில் அடர்பச்சை நிற அல்லது கபிலநிறம் கலந்த எச்சங்கள். வேறு சில பொழுதுகளில் மரத்தின் காய்ந்த கிளைகள் ஒருமித்து விழுந்து வாசலெங்கும் நிரம்பி வழியும்.

இவற்றை தாண்டிய அடுத்தக்கட்டமாய் மரத்தில் பழங்கள் பழுக்கும் இடைவெளியை கடப்பதுதான் அறவும்முடியாத காலமாகிப்போகும். பழவிதைகள் எச்சங்களாகி பசைத்தன்மையுடன் ஆங்காங்கு குவியலாய்... ஒருவிதமான துர்மணத்துடன்...

சுத்தப்படுத்தி முடிப்பதற்குள் கைகள் இரண்டும் நோவெடுத்து குமட்டிக்கொண்டு வருவதாய் அம்மா நொந்துக்கொள்வாள்.

எப்படியோ, இந்த வெளவால்கள் மீதான அத்தனை கோபமும் மரத்தின் மீதான கோபமாக மாறத்தொடங்கியிருந்தது.

இவையெல்லாம் ஒருபுறமிருக்க, அரசமரத்து நிழலில் பிள்ளையார் விரும்பி உறைவார் என்ற நம்பிக்கையையும், அதன் கிளைகளுக்கிடையே தெரியும் வெளிகளுக்கூடான மாலைநேர மஞ்சள் வெயிலை தினமும் ரசிப்பதையும் அம்மா நிறுத்திக்கொள்ளவில்லை.

எனக்கென்றால் அரச மரத்தைவிட அதன் இலைகள் மீதான விருப்பமே அதிகமாக இருக்கிறது. இவ்விலைகளுக்கு ஒப்பானதொரு அழகான இலை இதுதானென, வேறொரு இலையைக் காட்டி நிரூபித்துவிட அதிகளவு பிரயத்தனப்பட வேண்டியிருக்குமென்றே தோன்றுகிறது.

தடித்துப் புடைக்காத மென்மையான நரம்புகளைக்கொண்டு இலையின் நுனிப்பகுதியில் சற்றே நீண்டு வளைந்த மெல்லிய வால் போன்றதொரு இணைப்புடன், இதய வடிவினதான சமச்சீர் அச்சுடன், ஒற்றை விரலால் மெதுவாய் அவ்விலையை தடவிப் பார்க்கும்போதுதான் புரிகின்றது அரசிலைகள் பெண்தன்மையினதென்று...

இத்தகையதொரு மிருதுத்தன்மையும், தோற்றத்தின் பளபளப்பும் நிச்சயமாய் ஆண்தன்மையுடனான தாவரங்களுக்கு அரசிலைகளின் பாலொரு ஈர்ப்பை உருவாக்குமென்று...

பல்லாயிரம் இலைகள் மரக்கிளைகளுடன் பின்னிப்பிணைந்து கிடந்தாலும், உற்று அவதானித்தால் அவ்விலைகள் ஒவ்வொன்றும் ஒன்றுடனொன்று ஒட்டாமலும், தவறுதலாக ஓரிரண்டு இலைகள் பிரிதொன்றுடன் மோதுண்ட போதும் அவை தனித்து நின்று தனக்கெனவொரு தனித்துவம் பேணியே தம்மை அசைத்துக் கொள்வதையும் காண்கையில் அளவற்றதொரு ஆச்சர்யம் பெருகிக்கொண்டே போகிறது.

தேசியக்கொடியில் கம்பீரமாக நிற்கும் சிங்கத்தின் நான்கு புறத்தேயும் நான்கு அரசிலைகளே தென்படுகின்றனவென்பதையும் அதற்கு காருண்யம், இரக்கம், திருப்தி, பற்றின்மை என்பவைகளே பொருளாகக் கொள்ளப்படுகிறதென என்பதனையும் தெரிந்துகொண்ட பின் இன்னுமொருபடி அதிகமாயும் இம்மரத்தின் மீதான பிரமிப்பு கூடிப்போயிருக்கிறது.

தவிர ஒவ்வொரு தனியிலையும் கூட சந்தேகமற்ற அபூர்வங்கள்தான். தனியொரு இலையை நீண்ட நேரமாய் அவதானிக்கும் சந்தர்ப்பம் ஏற்படின் சிலவேளை அது எல்லோருக்கும் புரியக்கூடும்.

ஆதிகால கல்வெட்டுகளில் பொறிக்கப்பட்டிருப்பதையொத்த எழுத்து வடிவம் இலை முழுவதுமாய் விரவியிருக்கும். அவ்விசித்திர வடிவங்கள் ஏதோ ஒன்றைப் புரியவைக்க முயற்சிக்கும் நவீன ஓவியமாகவும் சமயங்களில் தோற்றமளிக்கும்.

அவை எழுத்துக்களாக இருக்கும் பட்சத்தில், நிச்சயமாய் ஒவ்வொரு இலையும் துளியளவேனும் அறக்கருத்துக்களை போதிக்கவே உருவாக்கப்பட்டிருக்க வேண்டும். அப்படியெனில் எத்தனை ஆயிரம் இலைகள்...? எத்தனை விதமான அறச்சிந்தனைகள்...?

மரத்தில் வந்தமரும் பகற்பொழுது பட்சிகளால், அதனை இனங்கண்டிருக்க முடிந்திருக்க வேண்டும். பிறரை துன்புறுத்தாத பக்குவம் அவைகளுக்கு உண்டெனில் அவை இந்த அரசிலைகள் கூறும் அறநெறிகளைக் கடைபிடிக்கும் ஒரு வர்க்கத்தினராகின்றன.

ஆனால் இந்த வெளவால்கள்.....!

தமக்கு பார்வைத்தெரியும் மொத்த நேரத்திலும் முழுதாய் மரத்தை ஆக்ரமித்துக் கொள்கின்றன. இரவு முழுவதும் அவற்றின் ஓலங்களும் கொண்டாட்டங்களுமாய், மரத்தின் மீதான பற்று துளியளவும் இன்றி, இந்த மரம் தாம் சார்ந்ததென்றும் தமக்கு மட்டுமே உரியதென்றும் ஒரு மாயையை உருவாக்கி மிதப்பில் திரிகின்றன. போதாக்குறைக்கு தாம் சார்ந்திருக்கும் மரத்தையும் சூழத்தென்படும் அத்தனை வெளிகளையும் தமதாதிக்கத்திற்குட்படுத்தி அதனை தமதுலகெனக் கொண்டு அத்தனையையும் ஆக்கிரமித்துக் கொள்கின்றன.

தூரத்தேயிருந்து அரசமரத்தின் அழகினை வியந்து பேசும் எவரொருவராயினும் அருகில் வந்து இந்த வெளவால்களின் துர்நடத்தையை அனுபவிப்பாராயின் அரசமரத்தையே வெறுத்து விலகுவர். தவறு அரசமரத்தினது அல்ல... அதனை தனக்கு மட்டுமேயெனக் கொண்டாடும் வெளவால்களது என்ற புரிந்துணர்வு இல்லாமல் போய் வைராக்கியம் கொண்டு மரத்தை வெட்டிவீழ்த்த முனைவர்.

ஆச்சரியம் என்னவென்றால், மரத்தை அத்தனையளவு நேசித்த அம்மாவே அப்படியாகிப் போயிருந்தாள். சதா இந்த வெளவால்களினது எச்சம் அள்ளியே துவண்டுபோய், தனக்கு முடியாததொரு கட்டத்தில் சோர்ந்து போனாள். யாருமே நம்பமுடியா

விதத்தில் மரத்தை வெட்டிவிடுவதெனவும் முடிவெடுத்தாள்.

"எத்தன தடவ சொல்லிட்டேன்...? இந்த மரத்த வெட்டி தொலைங்ளே..."

யார்யாரிடமோவெல்லாம் எரிச்சலுற்று சண்டையிட்டாள்.

அரசமரத்தின் தொடர்பேயற்று தள்ளிவாழவேண்டுமென்பதையும் தம்மையும் தம் பிள்ளைகளையும் பாதுகாக்க வேண்டுமென்பதையும் எப்போதுமாய் சிந்தித்த வண்ணம் தனக்குத்தானே பேசிக்கொள்ளத் தொடங்கினாள்.

அம்மாவின் விசித்திரப் போக்கு என்னையும் தொற்றிக் கொண்டிருந்தது. மரத்தை வெட்ட அனுமதியில்லையென்றும் அரசிடம் அனுமதி வாங்க வேண்டுமென்றும் தெரியவந்ததை அம்மாவிடம் சொல்லாதிருந்தேன்.

அப்படியே போராடி அனுமதி வாங்கினாலும், அம்மரத்தில் ஏறி வெட்டும் துணிவு எவருக்கும் வரமுடியாத அளவிற்கு அரசமரத்தின் புனிதம் பாதுகாக்கப்படுவது பற்றியும் எல்லாருமாய் விளக்கினார்கள். அழகாக தெளிவுப்படுத்தினார்கள்.

வீட்டைச்சூழ்ந்து ஆழ ஊடுருவி பரந்து வேர்விட்ட அரசமரத்தின் பகுதிகளை எப்படி எளிதில் அகற்றிவிட இயலும்...? அல்லது மொத்த வௌவால்களையும் ஒரேயடியாய் அழித்து இல்லாமல் ஆக்குதல் எங்கனம் சாத்தியமாகக்கூடும்...?

அம்மாவிற்கு அது புரியவில்லை.

தொடர்ச்சியான இடைஞ்சல்கள் சலிப்பையே மிதமாக்கின.

காலப்போக்கில் வௌவால்களை விடுத்ததொரு அரசமரம் பற்றியதான எண்ணமே இல்லாமல்போகத் தொடங்கியது. மரத்தின் மீதான இரசனை உணர்வும் மொத்தமாய் மங்கிப் போயிருந்தது. அம்மா யாருக்கும் தெரியாமல் இரகசியமாய் பேசிக்கொள்கிறாள். தன்னைத்தானே நொந்தவளாய் அடிக்கடி புலம்புகிறாள்.

அத்தனைக்கும் பின்னால் வழமைபோல நான் மரத்தைப் பார்த்துக் கொண்டேயிருக்கிறேன். அதே தனித்துவத்துடன் அந்தரத்தில் தொங்குவதையொத்து இலைகள் மினுங்கி அசைகின்றன. மெலிதான ஒரு சலசலப்பு காற்றோடு சேர்ந்து பரவுகிறது.

மரப்பொந்துக்குள்பதுங்கியிருந்த காவிநிறத்தையொத்த அந்த உடும்பு அக்கம் பக்கம் பார்த்தபடி மெதுவாய் மரப்பொந்துக்குள் உள்நுழைந்து தம்மை பதுக்கிக்கொள்கிறது.

- ஞானம் 2019

மாட்டியா

"ச்சீய்... போ நாயே" என்று ஒரு நாயை கடுமையாகத் திட்டி விரட்டிக்கொண்டிருந்தான் மாட்டியா. அவன் கையில் வைத்திருந்த ரொட்டித்துண்டை அவனறியாமலேயே அந்த நாய் கௌவியிருந்தது.

தான் பசிகொண்ட அளவிற்கு ஒரு ரொட்டி போதாதென்றெண்ணி வெகு பிரயத்தனப்பட்டு அந்த ரொட்டியை இரண்டு சரிவட்டப் பகுதிகளாக பிரித்து இரு ரொட்டிகளாக்கியிருந்தான்.

அந்த ரொட்டியின் மத்தியில் ஓரிரு இடங்களில் கருகிப் போயிருந்தமையால், எத்தனை பக்குவமாக ரொட்டியைப் பிரித்தும் கூட ஒரு வட்டத்தில் சிலதுளைகள் ஆங்காங்கே தென்பட்டன. அவன் ரொட்டியின் ஒருபக்கம் முழுவதுமாக மாசிச்சம்பலை பரப்பிப்பூசி அதனை அப்படியே சுருளாக்கி கொஞ்சம் கொஞ்சமாக அனுபவித்துப் பசியாறிக்கொண்டிருந்தான். நன்கு நேரமெடுத்து நேக மென்று விழுங்கினான்.

பிரித்தெடுத்த இரண்டாவது ரொட்டியின் அரைவாசிப்பங்குதான் நாயிடம் பறிபோயிருந்தது. மாட்டியா மீண்டுமொருமுறை கோபமாக திட்டினான்.

"சனியனே... எங்கிட்டயா புடுங்கி திங்கணும்...?"

ஒரு கல்லை எடுத்து நாயின் முதுகைக் குறிபார்த்து அடித்தான். சாமர்த்தியமாய் நாய் விலகிக் கொண்டதால் அந்தக்கல் வாலுடன் உரசியபடி தூரமாய் சென்று விழுந்தது.

மாட்டியா தன்னை அடிப்பானென்று அந்த நாய் சிறிதும் எதிர்பார்த்திருக்க வாய்ப்பில்லை. அவனை அந்த நாய் முறைக்கவும் இல்லை. பலவந்தமாகப் பறித்துக்கொண்ட ரொட்டியை அவசரமாய் மென்று விழுங்கியது. இன்னும் சிறிது தூரம் சென்று ஒரு காலை பக்கவாட்டில் தூக்கியபடி மூத்திரம் பெய்தபடியே மாட்டியாவைப் பார்த்துக் கொண்டிருந்தது.

அவன் மேலதிகமாக நாலைந்து கெட்டவார்த்தைகளைச் சேர்த்து தனக்குத்தானே முணுமுணுத்தபடி நாயை பார்த்துக்கொண்டிருந்தான்.

மாட்டியா ஒல்லியாய் கறுப்பாய் இருப்பான். அவனிடம் முழங்கால் அளவிற்கு அணியத்தக்க இரண்டு காற்சட்டைகள் இருந்தன. அவற்றையே மாற்றி மாற்றிப் போட்டுக்கொண்டு திரியும்போது அவனது கால்கள் இரண்டும் குச்சி குச்சியாக நீண்டு சற்றே வளைந்தாற் போல தோற்றமளிப்பதாய் இருந்தன. நடக்கும் போதும் ஒருபக்கம் சரிந்தவனாய் ஒருகாலை இழுத்துப் பதித்து நடப்பான்.

தனக்கு முப்பத்தியாறு வயது பூர்த்தியான போதும் இன்னும் தன்னால் ஒரு பெண்ணைத் தேடிக்கொள்ள முடியாதிருந்ததால் அவன் மனதளவில் மிகவும் சோர்ந்தவனாய் தனியே நாட்களை கடத்திக்கொண்டிருந்தான்.

அவனுக்கிருந்த ஒரேயொரு துணை நாய் மட்டும் தான். அதுவும் அடுத்த வீட்டுக்காரனுக்குச் சொந்தமானதாய் இருந்தது. அந்த வீட்டுக்காரனென்றால் நாய்க்கு சோறு வைப்பதுமில்லை சொந்தங்கொண்டாட வருவதுமில்லை.

சில நாட்களுக்கு முன்பு வரை நாயின் மீதான அதீத வெறுப்பும் கொஞ்சம் பொறாமையும் கலந்த உணர்வொன்றே மாட்டியாவிடம் இருந்தது. அந்த ஒரு நாயினூடாக மொத்த நாய் வர்க்கத்தின் மீதே தன் பொறாமையைப் படரவிட்டபடியிருந்தான்.

பெரும்பாலும் நாய்களின் வாழ்வுமுறை மனித வாழ்வை ஒத்திருக்கக்கூடியது. ஆனால் அவை எவ்விதப் பொறுப்புமற்று முழுச்சுதந்திரமாகத் திரிந்தன. நாய்கள் தாமாகக் குளிப்பதில்லை. நகம் வெட்டிக்கொள்வதில்லை. காலையில் எழுந்ததும் கண்ணோரத்தில் தேங்கி நிற்கும் கண்பீளை பற்றிய கவலை துளியளவும் இல்லை. எந்த நாயுமே சமைத்து உண்பதில்லை. அப்படியே சமைத்த உணவு கிடைத்தாலும் அவற்றைப் பங்கிட வேண்டிய கட்டாயம் அறவும் இல்லை. விரும்பினால் குரைக்கலாம். கோபம் வந்தால் கடிக்கலாம். ஒரு உள்ளாடையைத்தானும் உடுத்தி தன் மானத்தை காக்க அவைகளுக்குத் தோன்றுவதேயில்லை. நினைத்த இடத்தில் சொறிந்துகொண்டும் உதறிக்கொண்டும் சத்தமிட அவைகளுக்கு எப்போது வேண்டுமானாலும் முடிகிறது.

மாட்டியா ஆரம்பத்தில் பொறாமைப்பட்டாலும் நாளடைவில் அந்த நாய் அனுபவிக்கும் சுதந்திர அனுபவத்தை தானே அடைவதாக எண்ணி அகமகிழ்ந்து கொண்டான். அடிக்கடி நாயை அவதானிக்கவும்

பழகியிருந்தான். அந்த நாய்க்கு மஞ்சு என்றொரு பெயரையும் வைத்து கூப்பிட்டான்.

மஞ்சுவை அவன் அதிகமாக நேசிக்கத்தொடங்கியது அது பெண் நாய்களுடன் புணர்தலைக் கண்ட பின்புதான். மஞ்சு தனது துணை இதுவென முடிவெடுக்க எத்தகையதொரு அவகாசத்தையும் எடுத்துக் கொள்ளவில்லையென்பதுடன் தன் துணைக்கும் அத்தகையதொரு அவகாசத்தை அது தரவில்லை. கூடவேண்டும் என்றெண்ணிய மறுகணம் பெண்துணையைச் சம்மதிக்க வைக்கும் மன்மதக்கலை மஞ்சுவிற்கு அத்துபடியாயிருந்தது. இதுவரை மஞ்சுவுடன் புணர்ந்த எந்த நாயுமே மஞ்சுவை மறுக்கவில்லையென்பதையும் மாட்டியா அவதானித்து வைத்திருந்தான்.

மஞ்சு புணர்தலில் ஈடுபடும் போதெல்லாம் மாட்டியா மஞ்சுவாக தன்னை உருவகித்துக் கொண்டு, அது பெறும் கூடலின்பத்தைத் தானும் பெற முயற்சிப்பான். அப்போதெல்லாம் சட்டெனத் தோன்றி மறையும் மின்னலென சுசீலாவின் நினைவும் உடலெங்கிலும் பரவியோடத்தொடங்கும். அவளிடம் தன்னை வெளிப்படுத்திய விதம் முறையற்றதெனத் தெரிந்திருந்தாலும், தன் திமிர்தனத்தை ஏதோ ஒரு விதத்தில் நிரூபித்துவிட்டதாய் அவனது ஆழ்மனது குதூகலிக்கும்.

மாட்டியாவை வேண்டாமென மறுத்த ஐந்தாவது பெண்ணவள்.

ஆரம்பத்தில் சுசீலாவிற்கு மாட்டியாவைப் பிடித்துப் போயிருப்பதாய்தான் கூறிக்கொண்டிருந்தாள். ஆனாலும் அவள் கண்பார்வையற்றவள் என்ற ஒரேயொரு காரணத்தாலேயே தன்னை மணக்க சம்மதித்திருக்கக்கூடுமென்றும் திடீரென ஒருநாள் அவனைப் பிடிக்கவில்லையெனக் கூறுவதற்கு வாய்ப்பிருப்பதாகவுமே மாட்டியாவிற்கு தோன்றியது.

அவளை ஒரு தடவை சந்தித்து நெருங்கி பேசினால் கூட அவள் தன்னை மறுக்கத் தொடங்குவாளென அவனது கடந்த கால அனுபவம் மாட்டியாவை எச்சரித்தபடியே இருந்தது. அப்படி ஒரு சம்பவம் நடப்பதற்கு முன்பாக தான் முந்திக்கொள்ளுதலே புத்திசாலித்தனமென எண்ணி சந்தர்ப்பம் பார்த்து காத்துக்கொண்டிருந்த ஒரு சந்தர்ப்பத்தில்,

சுசீலா ஒரு கிண்ணத்தில் புளிசாதம் கொண்டு வந்திருந்தாள். வாசலில் நின்றபடியே “புளிசோறு” என்றாள்.

மாட்டியா தனக்கானதாக அந்தச் சந்தர்ப்பத்தை எண்ணிக் கொண்டான். விருப்பத்துடன் அல்லது கட்டாயப்படுத்தியேனும்

அவள் தன்னையே நம்பி நிற்கும் ஒரு சூழ்நிலையை உருவாக்கிவிடுவதென தீர்மானித்தான்.

அக்கம் பக்க வீடுகளிலும் ஆள் அரவமற்ற பொழுதது. படாரென அவளது கையைப் பிடித்து வீட்டினுள்ளே இழுத்தான். அவளது மௌனம் அவனுக்குள் ஒரு உத்வேகத்தை பிறப்பித்திருந்தது. தவறென்று தெரிந்திருந்த போதிலும், ஏதோ ஒரு நப்பாசையிலேயே எல்லை மீறத்துணிந்தான்.

தன் பதட்டத்தை அடக்குவதாய் எண்ணி வேகமான இதயத்துடிப்பை தணிக்க ஒருகையால் நெஞ்சை அழுத்திப் பிடித்தவாறே மற்றைய கையால் அவளை இழுத்தணைத்தான். அதுவரை பொறுமையாய் வெட்கித்து நின்றவள் திடீரென அவனை விலக்கித் தள்ளியவளாய் "மொதல்ல போயிட்டு குளிடா" என்றாள்.

"நாத்தம் புடிச்ச மூதேசி... என்னய விடுடா..." என்று சத்தமாக கத்தினாள். அவனிடமிருந்து விடுபட வேகமாகத் திமிறினாள்.

இதுவே உலகின் அதிகபட்ச அவமானமாய் இருக்கவேண்டுமென அக்கணத்தில் தோன்றியதவனுக்கு. அவளை எத்தி மிதிக்க வேண்டும் போலிருந்தது.

கோபம் தலைக்கேறிய வேகத்தில் அவளை பலவந்தமாக இறுக்கிப்பிடித்து அசையவிடாமல் அழுத்தி முத்தமிடுவதாய் எண்ணிக்கொண்டு மூர்க்கத்தனமாய் இயங்கினான். சுசீலாவின் அலறல் சத்தத்தை நிறுத்த ஒருகையை பயன்படுத்தியிருந்தால், அவள் திமிறி தன்னிடமிருந்து ஓடி விடக்கூடுமென்பதால் கிடைத்த அந்த நிமிடங்களுள் அவளை ஆனமட்டும் ஸ்பரிசித்துக்கொண்டு கொஞ்சமாய் தன் பிடியை தளர்த்தினான். அவள் காறி உமிழ்ந்துவிட்டு கெட்டவார்த்தையில் திட்டியபடியே தன்னை காப்பாற்றிக்கொண்டு தட்டுத்தடுமாறி பதறியோடத் தொடங்கினாள்.

கண்பார்வையற்ற ஒரு பெண்ணிடம் தான் நடந்துகொண்ட இவ்விதம் தப்போவென்று தோன்றினாலும், அவள் தன்னை உதாசீனப்படுத்தியதற்கான தண்டனையைக் கொடுத்துவிட்டதாய் தனக்குத்தானே ஆறுதல்பட்டுக்கொண்டான் மாட்டியா. அவனது கைகால்களெல்லாம் உதறலெடுத்திருந்தன. என்னதான் இருந்தாலும் ஒரு குருடிக்கு இத்தனை திமிர்த்தனம் இருக்கக்கூடாதென்றும் அவளைப்போக விட்டது பெருந்தவறென்றும் இடைக்கிடையே எண்ணிக் கோபப்பட்டுக்கொண்டான்.

இந்தச்சம்பவம் அடிக்கடி அவனுக்குள் வந்துபோய்க்கொண்டிருந்தது.

அவலட்சணமென்றும், அருவருப்பானவனென்றும், பேசும்போது எச்சில் தெறிக்கின்றதென்றெல்லாம் அவன் மறுக்கப்பட்டபோது ஏற்படாத வலி சுசீலா வெறுப்புடன் தள்ளிய போது ஏற்பட்டிருந்தது. கண்தெரியாத சுசீலாவே தன்னை அருவருக்க தன்மீது ஒட்டிக்கொண்டிருக்கும் வியர்வையின் விட்டகலாத மணமே காரணமென ஊகிக்க அவனுக்கு அதிகநேரமெடுக்கவில்லை.

அதன் பிறகும் மாட்டியா பெண்களைக் கவரவென்று சற்றே வித்தியாசமாக முயற்சி செய்து கொண்டுதானிருந்தான். தினமும் குளித்தான். துவைத்து காயவைத்த ஆடைகளை அணிந்தான். பௌடர் போட்டுக்கொண்டான். பற்பொடி பாவித்து பல் துலக்கினான்.

கண்ணோரத்தில் அடிக்கடி தேங்கிவிடும் கண்பீளையும் தான் விரும்பப்படாமைக்குக் காரணமாகி விட்டிருந்த ஞாபகத்தில் கண்களை ஒன்றுக்கு மூன்று தடவைகள் தேய்த்து கழுவினான்.

சுசீலாவைச் சமாதானப்படுத்த தொடர்ச்சியாக அவளைத் தேடிச்சென்று ஒவ்வொருமுறையும் அவமானப்பட்டுத் திரும்பினான். தன்னை நேசிக்குமொரு பெண்ணைத் தீவிரமாக தேடியலைந்தான். தான் ஒரு பெண்ணினால் நேசிக்கப்படுகிறோம் என்பதுவே ஒரு ஆணுக்கான அதியுச்ச அங்கீகாரமென்று தோன்றியதவனுக்கு. பெண்களை விலக்கிய வாழ்வின் வெறுமை அர்த்தமற்றதாகவே இருந்தது. தன்னைப் பூரண மனிதனாக்குவதற்கு ஒரு பெண்ணினது துணை அத்தியாவசியம் என்பதையுணர்ந்தான்.

தொடர்ச்சியான உதாசீனங்களும் அவமானங்களும் அவனை வேறுவிதமாகச் சிந்திக்கத் தூண்டின. பெண்கள் மீதான அவனது உணர்வு மெல்ல மெல்ல எதிர்பாலின விலங்கினங்கள் மீது தாவியிருந்தது. ஆடுகள், பூனைகள், பறவைகள் என்று எல்லா விலங்கினங்களது காதலையும் அவதானிப்பதில் அலாதி பிரியம் கொண்டிருந்தான்.

ஒரு தடவை பாம்புகளின் உச்சக்கட்ட உணர்வு நொடிகளைக்கூட கண்கொட்டாமல் பார்த்து மெய்சிலிர்த்துப் போயிருக்கிறான். இரண்டு பாம்புகளும் ஒருமித்த அன்புடன் ஒன்றையொன்று ஆலிங்கனம் செய்து பின்னிப்பிணைந்தபடி ஒரு நடனத்தையொத்த அசைவுகளை வெளிப்படுத்துவதாகவே தோன்றியது.

உலகின் எல்லா ஜீவராசிகளும் காமத்தில் திளைத்தெழுந்து அதனை ஆதாரமாக்கியே வாழ்ந்துக் கொண்டிருப்பதாய் ஒரு சந்தேகம் அவனுக்குள் இருந்து கொண்டேயிருந்தது.

இதையெல்லாம் தாண்டி ஒருபடி அதிகமாய்... அவனது தலையில் அவ்வப்போது வந்து தொலையும் பேன்களைக் கூட அவன் விட்டுவைப்பதாயில்லை. இரண்டு பேன்களை ஒருசேரப்பிடித்து ஓரிடத்தில் போட்டு அவை என்ன செய்யக்கூடுமெனப் பரிசோதித்து பார்ப்பான்.

சிலநேரம் இரண்டும் இருதிசை நோக்கி புரண்டோடும். அவன் வேண்டுமென்றே இரண்டையும் அருகருகே இழுத்து வைப்பான். அவனது எதிர்பார்ப்பிற்கிணங்க அவை ஒன்றின் மீது ஒன்றேறி கண்ணிமைக்கும் நொடிக்குள் விலகியோடும்.

தான் பிடித்த பேன்களிரண்டுமே ஒரே இனத்தினதாய் இருப்பதால் அல்லது இரண்டிலொன்று மறுப்பு தெரிவித்ததால் விலகியிருக்க வேண்டுமென எண்ணிக்கொள்வான். பேன்களில் ஆண், பெண் எதுவென கண்டுபிடிக்கும் வழிமுறையைத் தெரிந்துக்கொள்ள அவனுக்கு யாதொரு வழியும் தென்படுவதாக தெரியவில்லை. பின் எங்கனம் இவை இணையக்கூடும்...? பெண்மையை அடக்கி பலவந்தப்படுத்தி அணுகும் முறைமையை இந்தப் பேனினத்து ஆண்கள் கற்றுக்கொள்ளவில்லையோ என்னவோ...!

நாளுக்குநாள் அவன் காணும் ஒவ்வொரு விலங்கினம் குறித்த அந்தரங்கம் குறித்ததான தேடல் அவனை முழுவதுமாய் ஆக்கிரமிக்கத்தொடங்கியிருந்தது.

என்னதான் அவனது பார்வை விசாலமாகிக்கொண்டு போயிருந்தாலும், அவன் அவதானித்த ஜீவன்களுள் அவனை மிகக்கவர்ந்த உயிரினமாக நாய்கள் மட்டுமே மாறிப்போயிருந்தன. குறிப்பாக மஞ்சுவை தன் ஆத்மாவென்றும் மஞ்சுவின் வாழ்க்கை தனக்கானதென்றுமான ஒரு மாயையில் சிக்குண்டு கிடந்தான் மாட்டியா.

மஞ்சுவின் ஒவ்வொரு கட்ட வாழ்க்கை முறையினையும் அவதானித்து ஆனந்தம் கொண்டான். கூடவே மஞ்சுவின் காதலையும் எப்படியோ கண்டுபிடித்தறிந்தான். அதனை தன் காதலுணர்வென்றே எண்ணிக்கொண்டான்.

அடுத்த தெருவில் உள்ள கபிலநிறப் பெட்டைநாயைப் பார்க்கும் போதெல்லாம் மஞ்சு தன்னிலை மறந்து ஓடுவதையும் உரசி உரசி குதூகலிப்பதையும் மாட்டியா அடிக்கடி கண்டிருக்கிறான். அந்தக் காதலுக்கு தன்னுடைய பங்களிப்பு சிறிதளவேனும் இருக்க வேண்டுமென்ற உந்தலில் மஞ்சுவை அழைத்துக்கொண்டு அந்தத்தெருப்பக்கம் போய்வருவதை மாட்டியா வழக்கமாக்கிக் கொண்டான்.

அவர்களைக் கண்ட மாத்திரத்தில் அந்த பெட்டைநாய் இங்குமங்குமாய் ஓடியோடிச் சத்தமாய் குரைக்கத்தொடங்கும். அடுத்த நொடியிலேயே பாய்ந்து கடிக்கக்கூடுமென்ற விதத்தில் வெகுவாய் பாவனை செய்யும். பின், விடாமல் குரைத்த களைப்பில் உர்... உர்... என்று சப்தமிட்டபடியே முறைத்துப் பார்த்தபடி வாசலில் அமர்ந்துகொள்ளும்.

பெண்கள் வெளிப்படுத்தும் கோபங்களும் முறைப்புகளும் அனேக சந்தர்ப்பங்களில் வலிந்து ஏற்படுத்தப்பட்டவையாகவே இருக்கின்றன. தம்மைப் பாதுகாத்துக் கொள்ளுமொரு ஆயுதமாகவோ அல்லது உத்தியாகவோ தான் அவை பயன்படுத்தப்படுகின்றன. அத்தகைய அதே அந்தக் குணம் இந்த நாய்களைத் தொற்றிக்கொண்ட அதிசயத்தைதான் மாட்டியாவால் புரிந்து கொள்ளவே முடியவில்லை.

நீண்ட நாளைக்குப் பிறகான சந்திப்பொன்றை அந்நாய்களுக்கு இடையில் ஏற்படுத்தியிருந்தான் மாட்டியா.

இரண்டின் பார்வைப் பரிமாறல்கள் அவை பரஸ்பரம் ஏதோ செய்தி கடத்திக்கொள்வதாகவே பட்டது. அது நாய்களின் புணர்ச்சிக்கான காலப்பகுதியாக இருக்க வேண்டும். அந்தப் பெண் நாயைக் குறிவைத்து மேலும் ஆறேழு ஆண் நாய்கள் சூழக்காத்துக்கிடந்தன. அவை ஏக்கத்துடனும் இயலாமையுடனும் சந்தர்ப்பம் அமையும் வரை காத்திருந்தன.

மஞ்சு நல்ல சாமர்த்தியசாலி. சமயம் பார்த்து மிக அருகே போய் தன் நாவினால் அந்தப் பெட்டை நாயின் முகத்தாடையை ஸ்பரிசம் செய்து, தன் லீலையை மெலிதாய் ஆரம்பித்து முன்னேறிச்சென்றது. அந்த நாய் சடாரென தன்னை விலக்கிக்கொண்டு தனது அதிருப்திக்கான அறிகுறிகளுடன் கழுத்தைத் திருப்பி தன் முதுகையே வறட்வறட்டென்று சிலமுறை கடித்து பின் முன்னங்கால்களை சற்றே நீட்டி நெளித்தபடி உடலைக் குவித்துப் படுத்துக்கொண்டது.

மஞ்சு அந்த நாயின் பின்புறமாகச் சென்று ஸ்பரிசிக்க எத்தனித்த நொடியில் உர்ர்ர்...... என்ற அதிகூடிய சத்தத்துடன் மஞ்சுவை அந்த நாய் கடிக்கப்பாய்ந்தது. சளைக்காமல் மஞ்சு மீண்டுமொருமுறை அருகே செல்ல அந்த நாய் வெறித்தனமாகப் பாய்ந்து எதிர்க்கத்தொடங்கியது.

புணர்தலுக்கான விருப்பம் என்பதை வலிந்து உருவாக்கிவிடுதல் அத்தனை சுலபமில்லையென்றே மாட்டியாவிற்குத் தோன்றியது. சுசீலா தன்னை விலக்கித் தள்ளித் தாக்கத் தொடங்கிய விதம் கண்முன் நிழலாய் தெரியத் தொடங்கியது.

மஞ்சு தான் ஆண் என்ற திமிர்தனத்தை அங்கே பயன்படுத்தியிருக்கவில்லை. வெறிகொண்டு செயற்படவில்லை. பலவந்தப்படுத்த முனையவில்லை. கோபம் தலைக்கேறி தடுமாறவும் இல்லை. மிக நிதானமாக தன் துணையின் விருப்பமின்மைக்கு மஞ்சு மதிப்பளித்தாகவே மாட்டியா புரிந்துகொண்டான்.

மஞ்சு அவ்விடத்தினின்றும் விலகி மாட்டியாவை எதிர்பாராமல் நடக்கத் தொடங்கியிருந்தது.

மஞ்சுவைப் பின்தொடர்வதா வேண்டாமாவெனும் தயக்கத்துடன் மாட்டியா அசையாமல் நின்று கொண்டிருந்தான். சூழ நின்ற மற்றைய நாய்கள் மொத்தமாய் ஒருமித்து அந்தப் பெண்நாயை நோக்கி சத்தமாய் குரைக்கத் தொடங்கியிருந்தன.

- ஞானம் 2020

உரப்புழுக்கள்

‘வாங்க... சட்டுன்னு மிச்சமீதாரிய அள்ளி வச்சுட்டு போயிருவம்’ என்று அவசரப்படுத்தியபடி உரக்குவியல்அருகில் நின்று கொண்டிருந்தாள் சுரேகா. மீண்டும் அவர்கள் மண்வெட்டியால் உரத்தைக் கிளறி யூரியா பேக்குகளுக்குள் அள்ளித் திணிக்கத் தொடங்கினர். ஒவ்வொரு கிளறலின் போதும் குபுக்கென வந்துமோதிய மணம் அவர்களை மூச்சடக்கி முகம் சுளிக்க வைத்துக்கொண்டிருந்தது.

சுரேகா மண்வெட்டியால் உரத்தைக் கிளறக்கிளற கைகளால் மற்றவர்கள் அதனை அள்ளிப்போட்டனர். ஒவ்வொரு தடவையிலான பிடியிலும் கைகள் நிரம்ப வெள்ளைப் புழுக்களும் சுருண்டுக் கொள்ளும் இயல்புடைய மண்நிற புழுக்களும் தாராளமாக அகப்பட்டன.

வானிலிருந்து இறங்கிக்கொண்டிருந்த வெயில் அப்போதுதான் ஒரு பக்கமாய் சரிந்து தொங்க ஆரம்பித்தது. அதன் ஒளிக்கீற்றுகள் அடர்ந்து திரண்ட கடும்பச்சை வண்ண செம்பனை வாதுகளுக்கூடாக ஊடுருவி அவர்களது மேனியில் பட்டும் படாமலுமாய் வாதுகளின் நிழலசைவிற்கொப்ப தெறித்துக்கொண்டிருந்தன.

காற்றுடன் கலந்துவந்த உரக்குவியலின் துர்வாடை நாசியை விட்டகலாமல் அவர்களையே சூழ்ந்து மீண்டும் மீண்டும் சுழன்றபடியேயிருந்தது. கைகளிரண்டையும் ஒருங்கே சேர்த்து முகர்ந்து பார்த்தாள் சுரேகா. குடலைப் புரட்டி வெளியே இழுத்துவிடுவதுபோல் கோழி எச்சத்தின் நாட்பட்டதொரு வாடை முகத்திலறைந்து மீண்டது.

தசைகளின் மிக மெல்லிய திசுக்களுக்குள் கசிந்து உள்நுழைந்து உறைந்து போயிருந்த அவ்வாடையை உடலிலிருந்தோ அல்லது நினைவிலிருந்தோ அகற்றி விடுதல் அத்தனை சுலபமில்லையென்றே அவளுக்குத் தோன்றியது. “வ்வேக்” என்று தோள்களைக்குலுக்கி தனக்குத்தானே முகம் சுளித்தவளாய் குனிந்து புற்தரையில்

ஒருதடவை கைகளை அழுந்தத் தேய்த்தெடுத்து பச்சைப்புல் வாசனையை உள்ளங்கைகளுக்குள் ஏற்றிக்கொள்ள முயற்சித்தாள்.

இந்த உரவேலை தனக்குத் துளிதானும் பிடிக்கவில்லை என்பதை அறிந்த பின்னரே அனுர தன்னை இதற்கு பணிக்கிறானென சுரேகாவால் ஊகிக்க முடிந்ததென்றாலும் தன் விருப்பத்திற்கு மாறாக அவனுடன் உறவு வைத்துக்கொள்ள அவளுக்குக் கொஞ்சமும் நாட்டமிருக்கவில்லை. என்றாலுமே ஒவ்வொரு நொடிப்பொழுதினையும் கடத்த முடியாமல் இந்த புழுக்குவியலுக்குள் பிணைந்து சாகும் நிலையை காட்டிலும் 'பேசாமல் அவனுக்கு ஒத்து போயிருக்கலாமோ...!' என நினைக்கும் போதே அடிவயிற்றிலிருந்து பிரட்டிக்கொண்டு வந்த ஒன்றை வலிந்து வாந்தியாக வெளியே கக்கினாள். தண்ணீர்ப் போத்தலைச் சாய்த்து தொண்டையை சிறிதளவு நனைத்துக் கொண்டாள்.

பசியுணர்வு மெல்ல மெல்ல அதிகரித்து உடலைக் களைப்படையச் செய்து, உடலெங்கிலும் புழுக்கள் ஊர்ந்து தன்னை மொய்த்துக் கொண்டிருக்கும் உணர்வை மேலோங்க வைத்தது. எதிர்பாராமல் வியர்வை வெளியேறி உடலைப்புரட்டி... கசக்கி... கண்களை அப்படியே இருட்ட வைத்துக்கொண்டு... அவள் புற்தரையில் சடாரென விழுந்தாள்.

'ஐயயோ சுரேகாவுக்கு கலந்(த்)த'

'சாப்புடு சாப்புடுன்னு அடிச்சுக்கிட்டேன் கேட்டாளா பாவி...'

'இப்ப என்னடி பண்றது வெரசுனா தண்ணிய கொண்டாங்க'

அவர்கள் பதறியடித்து தண்ணீர் தெளித்து கைகளால் விசிறத் தொடங்கினர்.

'சுரேகா... சுரேகா...' என்று மெதுவாக அழைத்தாள் மயிலி. எவ்வித அசைவும் இருக்கவில்லை. 'மூச்சிருக்கான்னு பாருடி' என்றபடி வயிற்று மேற்பரப்பில் கையை வைத்துப் பார்த்தாள் முகுந்தினி.

அவர்கள் என்ன செய்வதென்றறியாமல் 'யாராவது இருக்கீங்களா' எனச் சத்தமாகக் கத்தத் தொடங்கினர்.

தூரமாய் கேட்டுக்கொண்டிருந்த பைக் சத்தம் தங்களை நோக்கி வருவதையொத்த பிரமையை தோற்றுவித்தது. முகுந்தினி அவசரமாக பாதையோரத்திற்குச் சென்று மீண்டுமொருமுறை சத்தமிட்டாள்.

அனுர மாத்தியா நிதானமாக வண்டியை நிறுத்திவிட்டு

உரக்குவியலருகிற்கு ஓடிவந்தான். கிளறப்பட்ட உரத்திலிருந்து மேலெழுந்திருந்த வாடையை ஒரு கையால் வாயை பொத்தியவாறு தவிர்த்துக் கொண்டு என்ன நடக்கிறதென்று பார்வையால் தலையசைத்து வினவினான்.

'தவால் கேமைக்கு போகலங்கைய்யா... திடுதிப்னு இப்டி விழுந்துட்டா'

'இந்த நாத்தம் புடிக்கலன்னு சொல்லிகிட்டிருந்தா'

'அவளுக்கு உன மாதிரின்னும் சொன்னா சேர்'

அவர்கள் சிங்களம் கலந்த தமிழில் விளக்கமளித்தார்கள். அனுர உள்ளுக்குள் சிரித்துக்கொண்டான். இப்படி ஒரு சந்தர்ப்பம் அமையுமென்று அவன் கொஞ்சமும் எண்ணியிருக்கவில்லை.

சற்றும் யோசிக்காமல் சுரேகாவை கைகளிரண்டால் ஏந்தித் தூக்கிக் கொண்டபடி வேகமாக நடக்கத் தொடங்கினான். அவர்கள் மூவரும் பின்னாலேயே ஓட எத்தனித்தாலும் அனுர மாத்தியாவின் நடைக்கு ஈடுகொடுக்க முடியாமல் சற்றே தாமதித்து பின் ஏதோ யோசித்தவர்களாய் உரக்குவியலருகிற்கே சென்று தங்கள் வேலையைத் தொடர்ந்தனர்.

செம்பனை கொத்தின் பாரத்தை சதா சுமந்ததில் திடப்பட்டிருந்த சுரேகாவின் வாகான உடலை தன் கைகளால் சுமந்து செல்ல அவனுக்கு மிகவும் பிடித்திருந்தது. மயங்கிய அவளின் முகத்தை உற்று நோக்கியவாறு அவளை அதிகம் அசைக்காமல் நடந்தான். காதருகிலிருந்த சுருள் முடிக்குள் மறைந்திருந்த சிறு மச்சமொன்று அருகே பார்க்கும் போது பளிச்சென்று மிகத்துல்லியமாகத் தெரிந்தது. அது அவளுக்கு அழகாயிருப்பதாயும் தோன்றியது. அவளது மேனியின் வியர்வை கலந்த பெண்மணத்தை அனுபவித்து நுகர்ந்தபடியே அவன் உல்லாசமாய் நடந்துகொண்டிருந்தான்.

அவளது மயக்கம் மெதுவாய் தெளியத் தொடங்கி, தலை மிகக்கனமாய் வலியெடுத்தவண்ணமிருக்க தன்னை யாரோ ஊஞ்சலில் வைத்து ஆட்டுவதையொத்து... அவள் ஒருநொடி சுதாரித்து கண்விழித்து அக்கம் பக்கம் பார்த்தாள். தானொரு ஆடவனின் ஸ்பரிசத்திற்குள் அடங்கியிருப்பதையுணர்ந்து உடனே தரைக்கு பாய்ந்து ஒதுங்கிக் கொண்டாள்.

'எப்டியிது... நான்...' வார்த்தைகள் வராமல் தடுமாறி உளறினாள்.

'நீ மயங்கிட்ட சுரேகா'

இவன் எவ்வளவு தூரம் தன்னை சுமந்துகொண்டு நடந்திருக்கக்கூடுமென்று எண்ணியபடியே கைகளிரண்டையும் உதறித் துடைத்துக்கொண்டாள்.

‘எனக்கு சரியாகிடுச்சி... நா போகணும்’

‘அந்த காண் தண்ணில கைகால் கழுவிட்டு வா. கொஞ்சம் பேசணும்.’

நேரே வயலுக்கு நடுவில் ஓடிய சிறிதளவு நீர் பரப்பிற்குள் கால்களையும் கைகளையும் தேய்த்து கழுவிக்கொண்டாள். அனுர தன்னை ஸ்பரிசித்திருக்கக்கூடிய பகுதிகளை விரல்களால் தேய்த்துக் கழுவி ஒதுக்கினாள்.

‘நா யார் பின்னாடியும் இப்படி அலைஞ்சதில்ல சுரேகா...’

அவள் எதுவுமே பேசவில்லை.

‘ஒனக்கு சும்மாவே பேர் போடுறேன்... ஓம்புருசனுக்கும் கட்டுபொல் லொறில வேல போட்டுதாறேன். இன்னும் வேறென்ன வேணுமின்னு கேளு...”

அவள் தலை நிமிர்ந்து ஒரு தடவை அவனை பார்த்துப் பின் குனிந்துகொண்டாள்.

‘என்னயபத்தி ஒனக்கு நல்லாவே தெரியும். என்னய பகச்சிகிட்டு இந்த தோட்டத்துல வேல செஞ்சிற முடியும்னு மட்டும் நெனச்சிறாத... நீயா விரும்பி ஏங்கிட்ட வருவன்னு எவ்வளவு நாள்தான் காத்திருக்க முடியும் சொல்லு?’

மீண்டும் அவனே கெஞ்சும் குரலில் சற்றே குனிந்து ‘யாருக்கும் சொல்ல மாட்டேன் சுரேகா’ என்றான்.

சிறிதுநேர மௌனத்திற்குப்பின் ‘எனக்கு புடிக்கல’ என்றாள்.

‘ஏனாம்! ஓம் புருசன புடிச்சிருக்கோ. இல்லாட்டி முந்தியிருந்த கயான் மாத்தியாவதான் இன்னமும் புடிச்சிருக்கோ...’ குரலை சற்றே உயர்த்தி கோபப்பட்டான்.

‘ச்சே...!’ அவள் அவ்விடத்தில் நிற்க பிடிக்காமல் திரும்பி நடக்கத் தொடங்கினாள். அழுகை வெடித்து வெளியே சிதறியது. வழிந்த கண்ணீரைத் துடைத்துக்கொள்ளாமல் தேம்பியபடியே திரும்பிப் பார்க்காமல் அவசரமாக நடந்தாள்.

‘நாளைக்கும் ஒனக்கு கோழியொரத்துல தான் வேல போடுவேன் சொல்லிட்டேன்’

அவன் ஆத்திரம் மேலிட சத்தமாக கத்தினான்.

‘விட மாட்டேன்டி... நீயா வார வரைக்கும் விடவேமாட்டேன்’

சுரேகா முணுமுணுத்துக்கொண்டே நடந்தாள்.

‘ஊருக்கே இந்த விஷயம் பத்தி ஏதோ ஒரு துளியாவது தெரிஞ்சிருக்கும் போது என் புருசனுக்கு மட்டும் தெரிஞ்சிருக்காதா பின்னே...! என்னனு ஒருவார்த்த கேட்டுக்காத அந்த நாயெல்லாம் எதுக்காக கல்யாணம் செஞ்சுக்கணும் ? நாங்க யாருயாரோடவோ ஒத்து போகையில அவனுங்க வலிக்காம பேர் போட்டு சம்பளம் எடுக்குறதுமில்லாம சரியான சமயத்துல வேசி பட்டமும் கட்டத் தயங்காத இந்த முதுகெலும்பில்லாத புருசனுங்களதானே மொதல்ல கொன்னு பொதைக்கணும்’

தன் கணவனின் உறுதியற்ற நிலையின் விபரீதமே இதுவென்றெண்ணி தன்னைத்தானே நொந்துக்கொண்டாள்.

லயத்தில் நடப்பதான எல்லா சண்டைகளிலுமே நடத்தை குறித்தான ஏதோ ஒரு குற்றச்சாட்டை முன்வைத்தே ஒவ்வொரு பெண்ணும் வார்த்தைகளால் தாக்கப்படுகிறாள். எதிர்த்துப் பேசத் தகுதியற்றவளாய் அவ்வப்போது புறக்கணிக்கப்படுகிறாள்.

ஒந்தலையில உள்ள முடிய எண்ணினாலும் புருசன்மார எண்ண முடியாது...’

‘நீ பேசாதடி.... அந்த மாத்தியாவோட படுத்தவ தானே நீ...’

சமயங்களில் தன் கணவனின் வார்த்தைகளாலேயே அவமானப்படும் ஒருத்தி ஏன் அவனுக்காக இன்னொருவனிடம் மண்டியிட வேண்டும்...?

உயிரே போனாலும் தன்னால் அனுரவை அனுசரித்து போக முடியாதென்றே அவள் தீர்மானித்திருந்தாள். ஆனால் அவனை எதிர்த்துக் கொள்ளவும் முடியாத நிலையில் என்னதான் செய்து சமாளிப்பது..? கணவனிடமே சொல்லி பார்க்கலாமா...? ம்ஹீம்... வேலைக்காகாது. பின் பெரிய துரையிடம் சொல்லலாமா..? இல்லை அவர் தனக்குச் சாதகமாக ஒருபோதும் பேசுவதற்கான வாய்ப்பு அறவும் இல்லை.

எந்த ஒரு ஆதாரமும் இல்லாமல் ஒருவனை எதிர்த்துக்கொண்டு எப்படி அவனிடமே வேலை செய்வது...!

சுரேகா குழப்பத்தில் இருந்தாள். கணவன் கோபமாக வீட்டுக்குள் வந்தது தெரிந்தும் காரணம் கேட்கத் தோன்றாமல் டீவி பார்த்தபடியே சமைத்துக் கொண்டிருந்தாள்.

“குடித்து மூழ்கி சுயநினைவில்லாமல் இருப்பவனுக்கு கோபம் ஒரு கேடு” வாயில் வந்த கெட்ட வார்த்தைளையெல்லாம் கோர்வையாக்கி அவனை ஆசைத்தீர திட்ட வேண்டும் போலிருந்தது. வாய்குள்ளாகவே சத்தம் வெளிவராமல் சொல்லிக் கொண்டாள்.

அவன் குசினிக்கும் இஸ்தோப்புக்குமாய் நடந்தபடி அடிக்கடி அவளை வெறித்துப் பார்த்தான்.

குடிபோதையில் தடுமாறுகிறான் என்று எண்ணினாள். அவன் நிஜமாகவே பயங்கர கோபத்தில் இருந்திருக்க வேண்டும். எதிர்பாராத தருணமொன்றில் திடீரென டிவியை எத்தி உதைத்தான். விழுந்து சிதறிய அதன் பாகங்கள் குசினுக்குள்ளுமாய் பரவிக் கிடந்தன. அதிர்ந்து போனவளாய் அவனை அதிசயித்துப் பார்த்துக் கொண்டிருந்தாள.

‘என்னடி புதுசா பத்தினியாட்டம் பேசுறியாமே..?’

அனுர ஏதாவது சொல்லியிருக்க வேண்டும். அல்லது குடிக்க வாங்கிக் கொடுத்து ஒரு தொகை கணக்கு பேசியிருக்க வேண்டும்.

யோசித்தவாறே விழுந்து கிடந்த டிவி துண்டுகளை சேர்த்துப் பொறுக்கினாள்.

‘போற போக்குல ஏதோ பதில சொல்லிட்டு போனா அவனென்ன தொரத்திட்டு வரவா போறான்? கொஞ்சம் விட்டு பிடிச்சு தானே வாழணும். என்னமோ பெரிய கோடீஸ்வரியாட்டம்!’

‘ஓஹோ! எல்லாமே தெரிஞ்சு தான் பேசுறீங்களோ? அப்ப எவன் கூப்டாலும் நா போயிடணும் அப்டிதானே!’

‘போயிட்டு வந்தாதான் என்னங்குறேன்?”

பட்டெனக் கூறியவன் அவளது முகம் பார்க்க விரும்பாமல் அவ்விடத்திலிருந்து நகர்ந்தான்.

அதற்கு பிறகாய் இருவரும் எதனையுமே பேசிக்கொள்ளத் துணியவில்லை.

நடுவீட்டில் கால் நீட்டியமர்ந்து ஏதேதோ சொல்லி புலம்பத் தொடங்கினாள். தன் வாழ்வைக் கேள்விகுறியாக்கும் ஒரு போத்தல் சாராயத்தையும் அப்படியே தன் தாயையும் நினைத்து கொஞ்சம் அழுதுகொண்டாள்.

லயத்து மத்தியில் உள்ள வீடு சுரேகாவினுடையதென்பதால் சத்தம் கேட்ட மறுகணம் அக்கம் பக்கத்தில் உள்ளவர்கள் சுரேகா

அழுது கொண்டிருப்பதை வந்து பார்த்துவிட்டு சத்தமே இல்லாமல் அகன்றார்கள். தவறியேனும் யாராவது அவளுக்குச் சார்பாகப் பேசினால் பேசினவனை அவளுடன் சேர்த்து வைத்துக் கொச்சையாகத் திட்டத் தொடங்குவான். கேட்டது பெண்ணென்றால் அவள் கணவனையோ தகப்பனையோ இழுத்து ஆன மட்டும் கதை பேசி முடிப்பான். நமக்கேன் வம்பென்று கண்டும் காணாமல் போக அவர்கள் அனேகமாகப் பழகி விட்டிருந்தார்கள்.

பாவாடையை சற்றே உயர்த்தி மூக்கைச் சிந்தித் துடைத்துக் கொண்டாள் சுரேகா. ‘இந்த மானங்கெட்ட மூதேவிக்காக நா எதுக்கு அழுவணும்’ சத்தமாகவே சொல்லிவிட்டு எழுந்து பரபரவென ஆடைகளை கலைத்தொதுக்கி உள்பாவாடையை மார்பளவிற்கு உயர்த்திக் கட்டியபடி கிணற்றடிக்குச் சென்றாள். அது வெயில் காலம் என்பதால் கிணறு வரண்டு அடியோடு சிறிதளவு நீர் ஒட்டிக்கொண்டிருந்தது.

‘இவனுங்க மனசுமாதிரியே தண்ணியும் வத்தி போய் கெடக்கு... கட்டுபொல் மசுறுபொல்லுன்னு என்ன எழவையோ நட்டு வச்சி தண்ணி பூரா உறிய வக்கிறதும் இல்லாம நம்ம உசுரையும் வாங்கி தொலைக்குதுக... சனியனுங்க சனியனுங்க....’ முணுமுணுத்தப்படியே வாசற்படியருகில் வைத்திருந்த குடத்துத் தண்ணீரை கழுத்தோடு ஊற்றி உடலை நனைத்துக் கொண்டாள். உடலில் ஒட்டியிருந்த பிசுபிசுப்புடன் அவளது ஆத்திரத்தையும் சேர்த்தெடுத்துக் கொண்டே நீர் வழிந்தோடி கல் வாசலில் தேங்கி நின்றது. நீர் தேங்கத்தொடங்கியதைக் கண்ட மாத்திரத்தே இரண்டு லயத்து நாய்கள் விரைந்து வந்து அந்தத் தண்ணீரை நக்கி அருந்தத் தொடங்கின.

ஏதாவதொரு தீர்க்கமான முடிவெடுக்க வேண்டுமென்று எண்ணியபடியே நிமிடங்களை கடத்திக்கொண்டிருந்தாள். மனது யோசிக்கத் திராணியற்று அந்த ஊரின் மண்ணை போலவே வறண்டு போயிருந்தது. மீண்டும் மீண்டுமாய் ‘போயிட்டுவந்தாதான் என்னங்குறேன்...?” என்ற வார்த்தையின் எதிரொலிப்பிற்குள் நினைவு சஞ்சரித்து நடுக்கம் கொண்டது.

எண்ணவோட்டங்கள் விசித்திர வேகத்தில் தடுமாறிக் கொண்டேயிருக்க, ஏதோ ஒரு வேகத்தில் விறுவிறுவென நடந்து அவளுடைய சிறிய கறுப்பு நிற கைபேசியை எடுத்து அனுர மாத்தியாவின் இலக்கத்தைத் தேடினாள். எதையெதையோ அமத்தி தேடி எப்படியோ அவனுடைய இலக்கத்தை அடையாளங்

கண்டுகொண்டவளாய் அவனுக்குப் போன் பண்ணி காதில் வைத்தபடியே என்ன பேச வேண்டுமென தனக்குத்தானே தயார்படுத்திக் கொண்டாள்.

'ஹெலோ...'

'ஹெலோ... ஹேய்....! நம்பவே முடியல சுரேகா'

'சரி... எனக்கு கெமத்தி'

படடென பதிலளித்தாள்.

'கெமத்தின்னா... கோவமா இருக்கியா சுரேகா..?'

'இல்ல எங்க வரணும்னு சொல்லுங்க'

'சரி இன்னுங் கொஞ்சத்தில கோல் எடுத்து சொல்லுறேன்"

அவன் படாரென துண்டித்தான். ஓரிரு நிமிடங்களுக்குள் அவனே தொடர்பு கொண்டான். எல்லாவற்றிற்கும் துணிந்த மனநிலையில் அவள் தயாராய் இருந்தாள்.

'ஹெலோ...'

'நா சொல்றத கவனமா கேளு... நாளைக்கு தவறணை வேலைக்கு ஒன்னய போடுறேன். நீ ஒரு பத்து மணி வரைக்கும் அங்குண நின்டுட்டு மலைக்கு போட்டுருக்குறதா சொல்லிட்டு என் பங்களாவுக்கு போயிரு...'

அவள் மௌனமாகக் கேட்டுக்கொண்டிருந்தாள். மீண்டும் அவனே தொடர்ந்தான்.

'வெளங்குதா சுரேகா...?'

'ம்ம்... எனக்கு சும்மா பேர் போடுறேன்னு சொன்னீங்களே...?"

'கட்டாயமா... நம்பலயா நீ. மாசத்துல ஒரு பத்து நாளைக்கு பேர்போட்டுக்க அதுபோதும். மிச்சத்த நா போட்டு முழு மாச சம்பளத்தயும் கெடைக்க பண்ணுறேன்.'

'அப்ப பொன்னிக்கும் கலாவுக்கும் இப்புடி தான் பேரு விழுகுதா..?'

'அவளுக எல்லாம் உன்னளவுக்கு வர முடியுமா..? சும்மா ஏதோ அவளுகளா வலியறப்ப நான் மறுக்குறது இல்ல..'

'ம்ம்...'

‘அதுக்கெல்லாம் கவலபடாத.... நீ மட்டும் இருந்தா எவளையும் தேட மாட்டேன் புரியுதா ஒனக்கு...’

அவனது குரலில் கொஞ்சலும் குழைவும் மிகுந்திருந்தது. நினைத்ததை சாதித்து அடைந்து விட்ட மகா திருப்தியும் திமிரும் இருப்பதாகத் தோன்றியது.

சுரேகா நிதானமாக யோசித்து முடிவெடுத்திருந்தாள். இஸ்தோப்பிலேயே ஒருக்களித்தபடி படுத்துக்கொண்டாள். அன்றைய இரவு முழுவதிலுமாய் யோசித்தாள். அடக்கமாட்டாமல் மனது வெம்பித் தவித்தது.

கோழியுரத்தில் மிதந்து வழிந்த புழுக்கள் திடீரென வீட்டுச்சுவரரெங்குமாய் மொய்த்துக் கொண்டிருப்பது போலவும் அவை தன்னுருவை விசாலமாக்கிக்கொண்டு தன்னைத் தீண்டும் எண்ணத்துடன் வர முயற்சிப்பது போலவும் இருந்தது. திடுக்கிட்டெழுந்து சுவரை உற்று கவனித்தாள். மங்கிய வெளிச்சத்தில் திகதி கலண்டரும் அதன் நிழலுமாய் ஒருமித்துத் தெரிந்தன. மிருகத்தின் ஓசையை ஒத்ததொரு குறட்டையொலி சாராய நெடியுடன் கலந்தாற் போல உள்ளிருந்து இடைவிடாமல் வந்து கொண்டிருந்தது.

அவளது கனவுகளெல்லாம் கண்முன்னே சிதறித் துகள்களாகி ஊர்ந்தோடும் அந்த உரப்புழுக்களாய் மேனியைத் துளைத்தெடுத்து வேகமாய் உள்நுழைந்து கொண்டிருந்தன. அப்படியே தன்னை எரித்துக்கொண்டு பஸ்மமாகிவிட முயாதாவென்றுகூட அவளது ஆழ்மனது ஏங்கியது.

நீண்ட நேரமாய் தூக்கமின்றி யோசித்துக்கொண்டேயிருந்தாள். உரக்குவியலும், மொய்க்கும் அந்தப் புழுக்களும், அனுர மாத்தியாவின் ஆசை வார்த்தைகளும்... தன் கணவனின் கோபக் கட்டளைகளுமென்று தொடர்ச்சியாக ஏதோவெல்லாம் வந்துவந்து போகத் தொடங்கின.

இந்த ஒரு விடியலுக்காகவே காத்திருந்தவள் போல அதிகாலையிலேயே எழுந்து கொண்டாள். வழமைக்கு மாறாக நல்ல பாவாடை சட்டையொன்றை தெரிவு செய்து பிரட்டுக்கென கட்டிக்கொள்ளும் சீத்தையையும் நல்ல பூ போட்ட சீத்தையாய் தெரிந்தெடுத்து பாவாடைக்கு மேலாக உடுத்தியபடி பிரட்டுகளத்திற்கு நடந்தாள்.

பிரட்டுகளம் நிறையத் தொடங்கியது. அனுர மிகப் பூரிப்புடன்

வந்திறங்கினான். எல்லோருமாய் அவனுக்கு வணக்கம் வைத்தனர். பதிலுக்கு வணக்கம் வைத்தபடியே அவன் சுரேகாவைத் தேடினான். அவள் புத்தாடையுடன் இருப்பதை பார்த்து தனக்குத்தானே சிரித்துக்கொண்டான். 'ரெண்டு எலும்புத்துண்டை வீசிட்டு கூப்டா நாய் தானா வந்து சாப்பிட போகுது... இது தெரியாம இத்தன நாள வேஸ்ட் பண்ணிட்டமே...!'

அனுர ஒவ்வொருவரது பெயராக வாசித்து வேலைபிரித்தான்.

'சின்னு கட்டுபொல்... குமார கட்டுபொல்... மயிலா உரம்... சுரேகா தவறணை...' என்றபடி அவளை மீண்டும் ஒருதடவை பார்த்துக்கொண்டான். முகுந்தினிக்கு தாங்க முடியாத ஆச்சரியம். மயிலாவின் உள்ளங்கையைத் தட்டி உதட்டைப் பிதுக்கி சுரேகாவைக் காட்டினாள். இருவரும் ஏதோ உணர்ந்தவர்களாய் தலையசைத்துக் கொண்டனர்.

பிரட்டுகளம் கலைந்தது. எல்லோருமாய் சலசலத்தபடியே அவ்விடத்திலிருந்து நகர்ந்தார்கள்.

சுரேகா சீத்தையை அவிழ்த்து மடித்து பைக்குள் போட்டுக்கொண்டாள். எத்தனை முயன்றும் மனது ஒப்புக்கொள்ள மறுத்தது. இறுதியாய் ஒரு தடவை முயற்சிக்கலாமெனும் திடீர்முடிவுடன் தவறணையையும் தாண்டி வேகமாக நடக்கத் தொடங்கினாள். இலேசான பதட்டம் ஒன்று அவளைத் தொற்றிக்கொண்டிருந்தது. மனது வழமைக்கு மாறாகப் படபடத்தது.

நேராக பெரிய துரையின் பங்களாவிற்கருகில் போய் நின்றாள். அதிகாலையில் பெரியதுரையைத் தவிர அங்கே யாரும் இருப்பதில்லையென அவளுக்குத் தெரியும். கேட்டிற்கருகில் நின்று 'மாத்தியா... மாத்தியா...' என்று அழைத்துக்கொண்டேயிருந்தாள். கட்டிப்போடப்பட்டிருந்த நாய் அவளைக் கண்டதும் பாய்ந்து திமிறி குரைக்கத் தொடங்கியது. வராண்டாவில் நின்று கொண்டிருந்த பெரியதுரை அவளை உள்ளே வரும்படி கைகளால் சைகை செய்தார்.

பெரியதுரை அப்போதுதான் குளித்து முடித்திருக்க வேண்டும். வெள்ளை நிற துவாயொன்றால் தலையைத் துவட்டியபடியே 'மொக்கத' என்றார்.

சுரேகா அழுதுகொண்டே தான் சொல்லிவிட வேண்டுமென்று எண்ணியதையெல்லாம் சிங்களத்தில் தெளிவாக சொல்லி முடித்தாள்.

சிறிது நேரம் யோசித்தபடியே நின்றவர் சுரேகாவை கண்களால்

ஒருதடவை மேலும் கீழுமாய் அளந்தபடி, 'நீ என்ன செய்ய வேண்டுமென்று எதிர்பார்க்கிறாய்?'என்று கேட்டார். சுரேகா எதனையும் சொல்ல முடியாமல் தடுமாறினாள். பெரியதுரை நிச்சயமாய் அனுரவை தண்டிக்கக் கூடுமென்ற நம்பிக்கை அவளுக்கு இருந்த போதிலும் அடுத்து என்ன நடக்கப் போகிறதென்று அவளால் ஊகிக்க முடியாமலிருந்தது. கைகால்கள் முதற்கொண்டு நடுக்கம் கொள்ளத்தொடங்கியிருந்தன.

சுரேகா பெரியதுரையின் பதிலை அறியும் தவிப்புடனும் ஒருவித பயத்துடனும் நின்றாள். அவர் மெதுவாக நடந்துசென்று திறந்து கிடந்த கேட்டைப் பூட்டி பொக்கட்டிற்குள் சாவியைப் போட்டுக் கொண்டார். கத்தி ஆரவாரித்த நாயை அமைதிப்படுத்த அருகே வைக்கப்பட்டிருந்த இறைச்சித்துண்டுகளை கூட்டுக்குள் விசிறிப் பரவலாகஎறிந்தார். மாமிச வாசனையுணர்ந்த அந்த நாய் பாய்ந்தடித்து ஒரு துண்டு இறைச்சியைக் கவ்விக் கடித்துக் குதறத் தொடங்கியது. பெரியதுரை அக்கம் பக்கம் பார்த்தபடி வீட்டினுள்ளே நுழைந்து டிவிசத்தத்தை சற்று கூட்டி வைத்தபடியே சுரேகாவை எதற்கும் பயப்பட வேண்டாமென்றும் தான் இதனைப் பார்த்துக் கொள்வதாகவும் வாக்கு கொடுத்தார்.

'இன்றிலிருந்து இங்கேயே வீட்டுவேலை செய்ய விரும்புகிறாயா' என்று கேட்டுக்கொண்டே பற்கள் தெரிய சினேகமாய் சிரித்தார்.

விளையாட்டுப் புத்தி கொண்ட பூனையிடம் சிக்கிக்கொண்டு சதா அந்தரித்து திரியும் எலியாய் இருப்பதை விட தன் கூரிய பற்களால் சிங்கம் சிக்கிய வலையைக் கடித்து, சிங்கத்திற்கு சில நிமிடங்கள் ஒத்தாசையாய் இருந்துவிட்டு ஓடித்தப்பிக்கும் எலியாயிருந்துவிடுதல் ஒருவகையில் சரியாய் இருக்கக்கூடுமோ...!

ஆனாலும் இது சரியான முடிவாயிருக்குமென்று அவளால் தன்னை சமாதானப்படுத்திக்கொள்ள முடியாமலிருந்தது.

மீண்டும் மீண்டும் யோசித்தாள்.

பூனையோ சிங்கமோ தெரிவு செய்வதில்தான் வித்தியாசமேயன்றி எலி எலியாய்தானே இருக்க வேண்டும். எலியால் சிங்கத்தையோ பூனையையோ எதிர்த்து வாழ்ந்து சாதித்து காட்டுதலென்பது எவ்வகையிலுமே சாத்தியமில்லை எனும்போது.

தொடர்ச்சியாக தான் துரத்தப்படுகிறோம் என்பதை நன்கு அறிந்திருந்தாலும்தன்னைக் காப்பாற்றிக்கொள்ள இறுதிவரை சளைக்காமல் போராடும் ஒரு சிறிய எலியின் அளவிற்காவது

தன்னிடம் தன்னம்பிக்கை இல்லாமல் போய்விட்டதா என்ன?

இதுவே இயலாமையின் உச்சம் என்றிருந்தது.

சுரேகா இன்னும் தீவிரமாக யோசித்தாள். மனது அதியுயர் விரக்தி நிலைக்குள் தாவிக்கொண்டது.

இத்தனை நேரமும் தன்னில் ஊர்ந்ததாய் உணர்த்திய உரப்புழுக்கள் யாவும் ஒருமித்து பெரியதொரு வடிவம்கொண்டெழுந்து... தன்னை அது எந்த வகையிலும் தப்பிக்கவிடாமல் கொஞ்சம் கொஞ்சமாய் தின்னத் தொடங்கியிருப்பதாய் முழுமையாக நம்பத்தொடங்கினாள்.

பதிலுக்கு அவளும் பெரியதுரையைப் பார்த்து தயக்கத்துடன் சிரித்தாள்.

- ஞானம் 2020

கட்டுபொல் - செம்பனை, கலந்(த்)த - மயக்கம்
தவால் கேம - பகலுணவு, உன - காய்ச்சல்

அது புத்தனின் சிசுவல்ல

தூக்கத்தில் வாய் உளறிக் கொண்டிருப்பவர்களின் கால் பெருவிரலுக்கு அடுத்ததாய் இருக்கும் இரண்டாவது விரலை இழுத்துப் பிடித்துக் கொண்டால் அதிகமாக உளறி வைப்பார்களாமே...!

அந்தக்கதையை நம்பித்தான் மாயாவின் பெருவிரலை இறுக்கமாய் பிடித்து இழுத்துக் கொண்டிருந்தான் நீலமேகம்.

அந்தப் பின்னிரவுப் பொழுதின் மெல்லிய நிலா வெளிச்சம் ஒருவர் முகத்தை ஒருவர் பார்த்துக்கொள்ள ஏதுவாக மாறியிருந்தது. பட்டென விழித்துக்கொண்ட அவள் ‘என்ன..?’ என்று அதட்டினாள்.

‘இல்ல நீ வாயுளர்ன்ன’ தடுமாறியபடி இப்போது அவன் உளறினான்.

‘ச்சே’ என்றபடி மீண்டும் திரும்பிப்படுத்து தூங்கிப்போனாள் அவள்.

நீலமேகத்திற்கு பயங்கரப் பதட்டமாயிருந்தது. தவறியேனும் அவள் சந்தேகித்து ஏனென்று கேட்டிருந்தால் என்ன சொல்லியிருக்க முடியும்..? அந்த முட்டாள்தனமான யோசனையை நம்பியிருக்கக் கூடாது. நிச்சயமாய் நம்பியிருக்கவே கூடாது.

நிலைகொள்ளாமல் அறையின் இருபுறமும் அங்குமிங்குமாய் அவளைப் பார்த்தவாறே நடந்து கொண்டிருந்தான். அப்போதுதான் அவனால் ஒன்றை கவனிக்க முடிந்தது. உறங்கும் பொழுதுகளில் கூட ஏதோ ஒரு ஆசனத்தைச் செய்வதையொத்தே அவள் தன் உடலை ஆக்கிக் கொள்கிறாள். சற்றுமுன் பாலாசன நிலையில் இருந்தவள் திடீரென சவாசனத்திற்குத் திரும்பியிருந்தாள். கைகால்கள் அசைவற்று நேர்கோட்டு வடிவில் தளர்வாகக் கிடந்தன. முகம் விட்டத்தைப் பார்த்தபடியும், இமைகள் மூடியபடியுமாய். அவனால் சத்தியம் பண்ணிச் சொல்ல முடியும். அவள் மூச்சுவிடுதலையும் மிகச்சரியான முறையிலேயே செய்து கொண்டிருப்பாளாயிருக்கும்.

உன்னிப்பாக அவளின் வயிற்றசைவுகளை அவதானிக்க முயற்சித்தான். இருளுக்குள் அது சாத்தியமாகவில்லை. மெல்ல நகர்ந்து அவளருகில் சென்று சுட்டுவிரலை மூக்குத்துவாரத்திற்கருகில் பிடித்தபடியாய் பார்த்தான். நிதானமான சுவாசமது. வெளிமூச்சின் போது வயிறு உட்புறமாகவும் உள்மூச்சின் போதில் வயிறு வெளிப்புறமாகவும் அசைகிறது. அதிலும் நீண்ட நேரமெடுத்த ஆழ்ந்த சுவாசம். சரியாக நடேசன் ஐயா கற்பிக்கும் மூச்சு பயிற்சிகளின் சுவாசத்தைப் போல...

ஏனென்று தெரியாத ஆத்திர மேலிடல் அவன் சுயத்தைக் குழப்பியது. ஒளித்து வைத்திருந்த சிகரட் பக்கட்டில் ஒன்றை வெளியே இழுத்து புகைக்க ஆசைப்பட்டான். எனினும் இன்னும் சிறிது நேரத்தில் பிராணாயாமம் செய்ய வேண்டுமென்பதால் அச்சிந்தனையை தவிர்த்தபடியே மீண்டும் அறைக்குள்ளாகவே நடந்து கொண்டிருந்தான்.

முதலாவது யோகத்தீட்சையின் போதில், மாயாவைப் பார்த்த அந்த கணத்திலேயே நீலமேகம் முடிவு செய்திருந்தான். இவள் எனக்கானவள் என்று... அதற்கான காய்களையும் தனக்கேற்றாற் போல் நகர்த்தி, ஒரு வருடத்திற்குக் குறையாத இல்லற வாழ்விலும் அநேகமாய் வெற்றியடைந்திருக்கிறான். ஆனால் அதனை முழுதாகக் கொண்டாடிக் களிக்க முடியாமல் ஏதோ ஒன்று அவனை தடுத்துக் கொண்டேயிருந்தது. எப்போதுமாய் அவனைக் குழப்பமடையச் செய்யும் அந்த ஒன்று, அவளின் அதிதீவிர யோக ஈடுபாடாகவோ அல்லது தியான நிலையில் அவள் உச்சம் பெற்றவள் என்பதாகவோ அப்படியும் இல்லையென்றால் குருஜியின் உத்தரவின் பெயரால் மாத்திரமே அவள் தன்னை மணந்து கொண்டாள் என்பதாகவோ இருப்பதற்கான வாய்ப்புகள் அதிகம்தான்.

ஆனால் அதையெல்லாமும் மிஞ்சிய ஒரு இரகசியம் அவளிடம் நிச்சயமாய் இருக்க வேண்டுமென்றும் அது நடேசன் ஐயாவிற்கும் தெரிந்திருக்கிறதென்பதையும் நீலமேகம் ஊகித்து வைத்திருந்தான்.

'நான் பொறாமைப்படுகிறேனோ!' என்றும் தனக்குத்தானே நீலமேகம் அடிக்கடி கேட்டுக்கொள்கிறான். எனினும் இது பொறாமையைத் தாண்டிய வேறொரு உணர்வு என்பதே நிஜமாக இருக்க வேண்டும்.

தீட்சை நிலையின் பிரிதொரு கட்டத்தில் கண்களுக்குள் இருக்கும் பிராண சக்தியை எங்ஙனம் பரிசோதிப்பதென்று கற்பிக்க கதிர்காமத்திற்கு அருகிலுள்ள காடொன்றின் ஒற்றையடிபாதை

வழியாக அழைத்துச்சென்றிருந்தார் குருஜீ. அப்போதுதான் மழைபெய்து ஓய்ந்திருக்கக்கூடிய மாலைப்பொழுதாக அது இருந்தது. சுத்தமான காற்றுசூழ தனியொரு வெளியாகவும், அவர்கள் இருபது பேர் வரையில் தனித்து நின்று வானத்தை நோக்கத் தகுந்த ஓரிடமாகவும் தெரிவுசெய்து அங்கே அவர்களை நிற்கச் சொன்னார். அவரின் கட்டளைபடி எல்லோரும் கண்களை மூடி ஒருசில ஆழ் சுவாசங்களை தனித்தனியே உள்ளிழுத்து வெளிவிட்டுக் கொண்டார்கள். சிறுநேர இடைவெளிக்குப்பின் இமைகளை மெதுவாகத் திறந்து அந்தப் பச்சையம் சார் சூழலை கண்களுக்குள் நிரப்பினார்கள்.

வான் முகில்கள் கூட்டங்கூட்டமாய் சேர்ந்திருப்பதைக் காட்டி ஒரு கூட்டத்தை தெரிவு செய்யுமாறு குருஜீ கேட்டுக்கொண்டார். சற்றே சாதாரண அளவுடையதான ஒரு முகிற் கூட்டத்தை அவர்கள் தெரிவு செய்ததும் குருஜீயுடன் எல்லோருமாய் சேர்ந்தாற் போல அம்முகில் கூட்டத்தை இமைக்காது பார்த்துக் கொண்டிருந்தார்கள். ஒருசில நொடிகளுக்குள் அம்முகில்கள் முற்றிலுமாய் காணாமல் போய் அவ்விடம் வெறுமையுடையதாய் ஆகிப்போயிருந்தது.

கண்களுக்குள் இருக்கும் ப்ராணா சக்தி பற்றியதான சந்தேகம் அதற்கு பிறகாக யாருக்குமே எழவில்லை. ஆனால் நீலமேகம் அதனை தனியே பரீட்சித்துக் கொள்ள வேண்டுமென அடிக்கடி முயற்சித்தான். முகில்கள் காணாமல் போகும் நிலைகண்டு ஆனந்தமடைந்தான். பெரிய முகிற்கூட்டங்களைத் தெரிவுசெய்து நீண்டநேரப் பார்வை ஸ்பரிசத்தால் அதனைக் கலைத்தான். தன் ப்ராணா சக்தி மீதான இறுமாப்பில் மிதக்கத் தொடங்கியிருந்தான். ஆனால் அத்தகைய அவனது அர்த்தமற்றதான நம்பிக்கைகள் யாவுமே அடுத்தடுத்து நடந்த எதிர்பாரா சில சம்பவங்களுக்குப் பிறகு சரியத்தொடங்கியிருந்தன.

ஒரு ஏப்ரல் மாத காலைப்பொழுது. இருவருமாய் மொட்டை மாடியில் சூரிய நமஸ்காரம் செய்து தளர்ந்து படுத்திருந்திருந்தார்கள்.

'ப்ராணா சக்தி டெஸ்ட் பண்ணுவோமா' என நீலமேகம் கேட்டான்.

'அது ஒன்னும் விளையாட்டு இல்ல... நம்ம ப்ராணா சக்திய காண்பிக்க குருஜீ யூஸ் பண்ணிய ஒரு யுக்தி'

'இருக்கட்டும் ஒரு தடவை பார்க்கலாமே'

அவன் விடுவதாயில்லை.

இருவரும் தங்களதென இரு முகிற்கூட்டங்களைத் தெரிவு செய்துக் கொண்டார்கள். சொல்லப்போனால் அவளது, அவன் தெரிவு செய்ததை விடவும் விசாலமானதாயிருந்தது.

இடையிலொரு தடவை கண்களை விலக்கி அவளுடைய முகிற் கூட்டத்தைப் பார்த்த மாத்திரத்தே அவன் மிரண்டுப் போனான். இறுதியாய் ஒரே ஒரு துண்டு முகிலொன்று பார்த்திருக்கும்போதே கரைந்துகொண்டிருந்தது. அவனது முகிலில் சிறு அசைவுதானும் அப்போதில் ஏற்பட்டிருக்கவில்லை.

'குட்... உனக்கு நிறையவே இருக்கிறது'

'நீ பார்க்கலயா?' அவனுடைய முகில் அப்படியே இருப்பதை பார்த்து கேட்டாள்.

'இல்ல உன்னத ஒப்சேவ் பண்ணிட்டிருந்தேன்'

எப்படியோ சமாளித்தான். ஆனால் ஏற்கவியலா இயலாமை அவனுக்குள் உருவாகி முடிந்திருந்தது. அதன் பிறகான எல்லா சந்தர்ப்பங்களிலும் நீலமேகம் அவளை விசித்திரமாய் அவதானிக்கத் தொடங்கியிருந்தான். தியானத்தின் போது விழிவெண்படலங்களை மாத்திரமே காட்டிடும் அவளது கண்களும், பிரம்மறி பிராணாயாமத்தின் போது அவளிடமிருந்து வெளியாகும் வண்டொன்றினை ஒத்த இரைச்சலும் கபாலபாத்தி பயிற்சியின் அசாத்தியமான எண்ணிக்கைகளும்... நாளுக்குநாள் அவர்களுக்கிடையேயான விரிசலை மறைமுகமாய் அதிகப் படுத்தியபடியே இருந்தது.

ஆனாலும் ஒவ்வொரு திங்கட்கிழமை அதிகாலைப் பொழுதுகளையும் அவன் மிக அதிகமாகவே விரும்பினான். பொதுவாக திங்கட்கிழமைகளின் போது மட்டுமே அவர்கள் நீலப்பந்து பிராணாயமா பயிற்சியில் ஈடுபட்டார்கள். நீலப்பந்து பிராணாயமா மிக முக்கியமான பயிற்சியொன்றாகையால் அது தீட்சையின்போது கற்பிக்கப்பட்ட அதே விதிமுறைகளுக்கமைவாகவே செய்யப்பட வேண்டுமென்பதும் அப்பயிற்சியின் இறுதியில் அடக்கமுடியா புணர்தலின் விருப்பம் உருவாகுமெனினும் அதனைக் கட்டுப்படுத்த வேண்டுமென்பதும் குருவின் கட்டளையாயிருந்தது. என்றாலும் நீலமேகம் வேண்டுமென்றே அதனை மீறினான். அவளையும் உடன்பட வைத்தான். அப்போதிலெல்லாம் இதுவென வகைபடுத்திடவியலா உவகையொன்றை தனதாக்கிக்கொண்டு இயங்கத் தொடங்கும் நீலமேகத்தை அவள் மறுப்பதில்லையே தவிர எதையோ சிந்தித்தபடியே கண்மூடிக் கிடப்பாள்.

அன்றைய தினமும் திங்கட்கிழமையென்பதுவும் இன்னும் சற்று நேரத்தில் இருவரும் பிராணாயாமத்திற்கு தயாராக வேண்டும் என்பதுவும் நீலமேகத்தின் தடுமாற்றத்தைக் கொஞ்சம் குறைப்பதாயிருந்தது. அவள் எழுந்து கொள்வதற்கு முன்பாகவே தயாராகி அவளுக்காகக் காத்திருந்தான். மாயா அவனைச் சந்தேகப்பட்டிருக்கக்கூடும் என்பதற்கான எதுவித அறிகுறிகளும் அப்போது வரைக்கும் தென்படவில்லையென்பது அவனுக்கு கொஞ்சம் ஆறுதலாய் இருந்தது.

நீலப்பந்து பிராணாயாம பயிற்சியும் அதன் பிறகான அவனின் திட்டமிட்ட கூடலும் வழமை போலவே தடங்கலின்றி தொடர்ந்தன. அன்று சற்று அதிகமாகவே நீலமேகம் தன் ஆதிக்கத்தைக் காட்டத் தொடங்கியிருந்தான். அவளும் வழமையையொத்தே கண்கள் மூடி கிடந்தாள்.

மூடிய அவளின் கண்களின் வழியாய் அதிவேகமாய் கருமை படிந்த வெளியொன்று திறந்து கொண்டது. முதலில் விரும்பியே அவள் அதற்குள் பிரவேசிக்க எத்தனித்தாள். தன் நரம்புகளுக்குள் சுர்ரென்று பீறிடும் உணர்ச்சிக் கொந்தளிப்புகளை அப்படியே மூலாதாரச் சக்கரத்திற்குள் சுருக்கி அடக்கிவிடத் துடித்தாள். அங்கிருப்பதாய் எண்ணிக்கொண்டிருக்கும் அத்தாமரை மலர்கள் விரிவடைவதைக் கூர்ந்து அவதானித்தாள். தொடர்ச்சியாய் அவளது சிந்தனைகள் காரணங்களற்று அவ்விடத்தில் தடைபடத் தொடங்கின.

எப்போதும் போல அத்தருணத்திலேயே எங்கிருந்தோ தோன்றியவனாய் அகிலன் அவளுக்குள் இருந்து கிளர்ந்தெழுந்து அருவமாய் அவள் மேனி படர்ந்து முழுமையாய் தழுவத் தொடங்கியிருந்தான். ஆழ்ந்த உட்சுவாசத்தைப் பிடுங்கியெறிந்து அவளை ரம்மிய உலகொன்றிற்குள் இழுத்துச் சென்றான். மாயா இன்பமாய் மிதக்கத் தொடங்கினாள். இருவருமாய் அந்தரத்தில் ஆலிங்கனம் செய்து கொண்டார்கள். அவளது ஒவ்வொருதிசுக்களையும் தன் ஸ்பரிசத்தால் அகிலன் பூக்கச்செய்தான். அதற்கு பின்னராய் ஊசலாடும் அந்த இரு உடல்களும் சிலிர்த்து இரு சர்ப்பங்களாய் உருமாற்றமடைந்தன. அவை ஊர்ந்து மேலெழும்பி பிளவுப்பட்ட இரண்டு துண்டங்களாய் தென்பட்டன. அந்த கணத்தில் சட்டென அவள் கண்விழித்து அகிலனை எப்படியேனும் பார்த்துவிட வேண்டுமென ஆர்வத்துடன் முயற்சித்தாள். பின் பயந்து வியர்த்து அந்நிலைவிலிருந்து தப்பிக்க எண்ணினாள். ஆனால் நிஜத்தில் நீலமேகத்தின் திண்ம உடலே அவளுடலுடன் உராய்ந்தாற் போல தட்டுப்பட்டுக் கொண்டிருந்தது. அந்தத் தழுவலின் ஆக்ரோஷம் வழமையை விட அதிகரித்திருந்தது.

அவள் நீலமேகத்தின் இறுக்கமான பிடிக்குள் இருந்து விடுபட முடியாமலும் அவனுக்கு தான் மாபெரும் துரோகம் ஒன்றை செய்து கொண்டிருப்பதைக் காட்டிக்கொள்ள இயலாமலும் தவித்தபடி உணர்வுகளை இறுக்கமாக்கி வைத்திருந்தாள். அழக்கூடாதென்றும் அதிக பிடிவாதமாயிருந்தாள்.

அகிலனின் இந்த யாருமறியா அருவப்பிரவேசம் கட்டாயமாய் தவிர்க்கப்பட வேண்டியதொன்றாயிருந்தாலும் அதனை மாயாவால் செய்யவியலாமலிருந்தது. இதுபற்றி எதுவொரு விடயத்தையும் நீலமேகத்திடம் பேசிக்கொள்ளவும் தயக்கமாக இருந்தது.

அவளளவில் அகிலன் கிரியா யோகத்தின் அதிசய புத்திரன். பாபாஜியின் பாதங்களை மட்டுமல்லாமல் தன்னையும் தவமென விடாது பற்றிக்கொண்டிருப்பவன்.

முதலாவது யோக தீட்சையின் போது மாயாவின் எதிர்திசையில்தான் அகிலன் அமர்ந்திருந்தான். நடேசன் குருவின் அறிவுறுத்தலுக்கு இணங்க எல்லோரும் கண்மூடி தியானித்துக் கொண்டும் தேவையேற்படும் போது குருவை அவதானித்துக் கொண்டும் இருந்தனர். அப்போது காரணமேயின்றி அகிலனும் மாயாவும் அடிக்கடி பார்த்துக் கொண்டார்கள். விழிகளின் அசாத்திய பாய்ச்சலால் இருவரது மனங்களையும் சந்திக்கவும் அனுமதித்தார்கள். அத்துடன் வடிவமற்றதொரு சக்தி கடத்தலையும் ஒருமித்து உணர்ந்தார்கள்.

என்றாலும் அதன் பிறகான எந்தவொரு சந்திப்பிலும் தங்களுக்குள்ளே உருவாகி வளர்ந்து கொண்டிருக்கும் காதலைப் பற்றி அவர்கள் பேசத் துணியவே இல்லை. அப்படிப் பேச வேண்டுமென்று துணிந்த அந்த ஒரு உரையாடல் தான் அவர்களது இறுதி உரையாடலாகவும் மாறிப்போயிருந்தது.

‘நீ அபூர்வமான பெண்’ என்றான் அகிலன்.

‘ஏன் அப்படி சொல்கிறாய்?’ என்றாள்

‘தியானத்தின் படிகளில் திளைத்த வீரியம் உன் கண்களில் தெரிகிறது மாயா’

அவள் சிரித்தாள்.

‘அதை தாண்டிய சிற்றின்ப உலகிற்கு நீ அழகாகவும் இருக்கிறாய் மாயா’

தொடர்ந்தும் சொன்னான்.

'என்னுடன் இருக்க சம்மதி உலகை வெல்லலாம்'

'நானே விரும்பினாலும் அது சாத்தியமில்லை அகிலன்' என்றாள்.

'ஏன் சாத்தியமில்லை. இருவருமாய் யோக பாதையின் உச்சம் காணலாம்'

'என் விருப்பை தாண்டிய வேறொரு கடமை எனக்கு இருக்கிறது'

'சொல்... என்ன கடமை?'

'சொன்னாலும் நீ நம்பப் போவதில்லை விடு'

'உன்னில் முழு நம்பிக்கை உள்ளவன் நான்... என்னவென்று சொல் மாயா'

சற்று தயக்கத்துடனேயே அவள் கூறினாள் 'அது யோகம் எனக்களித்த வரம்... என் கருவறை பரிசுத்தமானதென்றும் யோகத்திற்கு ஒரு சிசு உருவாக நான் கருவியாய் இருக்க வேண்டுமென்றும் அறிந்திருக்கிறேன்'

'எப்படி அறிந்தாய்?'

'அது இப்போதைக்கு வேண்டாம்'

'எனக்கு தெரியாத இரகசியங்களும் உன்னிடம் இருக்கிறதா மாயா?'

அவனது பார்வை ஆழமாய் அவளை ஊடுருவியிருந்தது.

அதன் பிறகாயும் அகிலன் சொன்னான்.

'மாயா நீயே என் சக்தி... நீ அற்புதமானவள்'

'எப்படி சொல்கிறாய்'

'என் மோனம் உன் வரவால் புத்துணர்ச்சி அடைகிறது. புதிதாய் பிறந்து கொண்டிருக்கிறேன். என் சக்திகளின் எழுச்சிகளை அதிகமாக உணர்கிறேன்'

சிறிது மௌனம் காத்து அடுத்ததாய் கேட்டான் 'நாம் ஒருமுறை இணையலாம் வா'

மாயா அதற்கு பதில் பேசாமல் நேருக்கு நேர் அவன் விழிகளை ஒருமுறை சந்தித்து மீண்டாள்.

'தேவையெனில் இவ்வுலகின் பார்வைக்கு நாம் மணந்தும் கொள்ளலாம் மாயா'

‘இல்லை... சாத்தியப்படாது அகிலன்’

‘என்ன சொல்கிறாய்?’

‘நிஜம். நான் பரிசுத்தமானவளாய் இருக்க வேண்டுமென சொன்னேனே!’

‘அது என் குழந்தையாக இருந்துவிட்டு போகட்டுமே!’

‘அப்படி இருக்குமென்றால் வேண்டாமென மறுக்கவா போகிறேன்! என்றாலும் அது எங்ஙனம் நடக்குமென இந்நொடி வரை நான் அறியவில்லை... அதற்காக செய்ய வேண்டியவை பற்றியும் குருஜியே வழிகாட்டுவதாய் சொல்லியிருக்கிறார்’

‘யார்..? நடேசன் ஐயாவா?

‘ம்ம்... அவர் கட்டளைகளுக்காகவே காத்திருக்கிறேன்’

‘முட்டாளா நீ...!’

‘உளறாதே அகிலன்’

‘மாயா நிதானமாக யோசி... இது சாத்தியமேயில்லை’

‘நீ குருஜீ பற்றி அறிய வாய்ப்பில்லை’

‘சொல் நீ என்ன அறிந்திருக்கிறாய்?’

‘தியானத்தின்வழி பல அற்புத சக்திகளை பெற்றவர் அவர்’

‘வேறு’

‘தூய்மையானவர்’

‘வேறு’

‘வேறென்ன தெரிய வேண்டும் உனக்கு?’

‘நீ பிதற்றுகிறாய் மாயா... பாலுணர்ச்சிக்கும் குண்டலினி சக்திக்கும் நெருங்கிய தொடர்பிருப்பதை நீ அறிவாய் தானே? அவர் உன்னை பயன்படுத்த எண்ணியிருக்கலாம்... அதற்கு தேவையான பெண் நிச்சயம் யோக வழியை பின்பற்ற வேண்டும்... அவள் தியானத்தில் உச்ச நிலை அடைய வேண்டும்... கூடவே அவள் அழகாகவும் இருக்க வேண்டுமென அவர் விரும்பியதால் உன்னை அவர் தெரிவு செய்திருக்கலாம்.’

‘எல்லாமே சரிதான்... நான் அவரை நம்புகிறேன் என்பதை விட இப்படியொரு சந்தர்ப்பத்தை தவறவிட கூடாதென்பதையே அதிகமாய் யோசிக்கிறேன்’

‘நான் சொல்வதே நிஜமாயிருக்கும் மாயா’

‘வேண்டாம்... என்னை அதிகம் குழப்புகிறாய்... இதில் நீ தலையிடாதே’

‘அப்படியே இருக்கட்டும் விடு... ஆனால் நம் காதல்!’

‘நம் நோக்கம் யோக மோட்சமெனின் காதல் எதற்கு?’

‘மாயா என்னை நம்பு... நீ அவரால் வசியப்பட்டிருக்கிறாய். உன் வலிமை எதுவென்பதை அறியாமல் சுயம் தொலைத்து திரிகிறாய்’

‘என்னை இப்போது என்ன செய்ய சொல்கிறாய்?’ அவள் கத்திப் பேசினாள்.

‘அந்த சதிகாரனிடமிருந்து வெளியே வா... குரு எனும் பதத்தின் புனிதம் கலைத்த துரோகியாகவே அவரை நான் காண்கிறேன். நன்றாக யோசித்து சொல் எப்போதேனும் அவர் உன்னை ஸ்பரிசித்ததுண்டா?’

‘ஒரு தடவை அவரின் உள்ளங்கை மையத்தில் வெளியாகும் சக்திப் பாய்ச்சலை தொட்டு சிலிர்த்திருக்கிறேன்’

‘நான் உன்னை காப்பாற்ற வேண்டும். நீ மொத்தமாக அவன் வசப்பட்டிருக்கிறாய்’

‘நீ சொல்வது உண்மையாயிருந்தாலும் பரவாயில்லை... இத்தனை காலம் நம்பிய ஒன்றை மாற்றி யோசிக்க நான் விரும்பவில்லை... இங்கிருந்து போய்விடு அகிலன்... எனக்கு பைத்தியம் பிடிக்கிறது’

தன்னிலை மறந்து சத்தமிட்டு ஆர்ப்பரித்தாளவள்.

கையிலிருந்த ஓஷோவின் புத்தகத்தை வீசியெறிந்துவிட்டு கோபமாக அங்கிருந்து சென்ற அகிலனை அதற்கு பிறகாய் மாயா சந்திக்கவே இல்லை. ஆனால் அவன் குருவுடன் சண்டை போட்டதுடன் இதனை அம்பலப்படுத்த போவதாயும் மிரட்டியிருக்கிறான் என்பது குருவின் மூலமாகவே பிறகு தெரிய வந்தது.

‘இரகசியம் பேணத் தெரியா முட்டாள் நீ’ என்று குருஜீ ஆதங்கப்பட்டார்.

‘அகிலன் மாபெரும் தவறிழைத்திருக்கிறான். தேவையின்றி என் வழியில் குறுக்கிட்டதால் அவனது யோக பாதையையே என்னால் தகர்த்தெறிய முடியும்... அவனை தெருவில் அலைய வைக்கப் போகிறேன் பார்’ என்று ஆவேசப்பட்டார்.

‘நானே தண்டிக்கப்பட வேண்டியவள். அவனை ஒன்றும் செய்யாதீர்கள்’ என்று கெஞ்சியழுதாள் மாயா.

‘சற்றும் தகுதியற்றவளாய்போயிருக்கும் நீ என் வேள்விகளுக்குள் வரக்கூடாது... போய்விடு’ என்று குருஜீ மாயாவை முற்றாக மறுத்தார். ஆனால் இதற்கு பரிகாரமாய் ‘நீ சிற்றின்ப வாழ்வில் உழன்று பின் மீள வேண்டும்’ என்றார்.

‘நான் சொல்பவனையே நீ மணம் முடிக்க தயாராயிருந்தால் அகிலனை மன்னித்து விடுகிறேன்’ என ஒத்துக்கொண்டிருந்தார்.

இல்லற வாழ்வைத் துறந்து யோகத்தில் முழுவதுமாய் பயணிக்கும் தன் ஆழ்மன கனவை அகிலனுக்காக மாற்றிக் கொண்டாள் மாயா. யோசிக்கும் திராணியற்று குருவின் உத்தரவிற்கு அப்படியே இணங்கினாள். நீலமேகத்துடனான தனது வாழ்க்கையை அனுமதித்தாள். ஆனாலும் முழுதாக நீலமேகத்தை ஏற்க முடியாத தவிப்பை மறைக்க யோக மோட்சத்துக்கான பாதையை தேடி மேலும் அதிகமாய் தியானிக்கத் தொடங்கினாள்.

தியான நிலையின் பேரின்ப நிலையினை அனுபவிக்க ஆரம்பித்து ஆன்மாவிடம் தஞ்சமடைந்து பறப்பதாய் உணரும் அக்கணங்களில் அகிலனின் வருகை மிகச் சாதாரணமாக நடந்து முடிவதை எண்ணி அகம் பூரித்து சிலிர்ப்படைவதையும், வலிந்து பறித்து தூர எறியப்பட்ட மலரொன்றைச் சூடிக்கொண்ட களிப்பை தான் அனுபவிப்பதையும் எங்கனம் தவிர்ப்பதென்பது அவளுக்கு தெரியாமலிருந்தது.

அகிலனும் இதே பிரம்மமுகூர்த்த பொழுதுகளில் தியானிப்பதற்கான வாய்ப்புகள் உண்டென்றாலும் தியானத்தின் வழியால் இரு ஆன்மாக்கள் சந்திப்பதும் சந்தோஷிப்பதும் மெய்யாகவே சாத்தியப்பாடானது தானா...? இதனை யாரிடம் கேட்டு தெளிவடைவதென மாயா குழம்பினாள். பின் எங்ஙனம் குறிப்பிட்ட நிலை தாண்டிய உணர்வுகளுடன் அவனால் சங்கமிக்க முடிகிறது..? இது யதார்த்தமானதாய் தோன்றவில்லையே...! அப்படியே இது உண்மையெனில் குருஜீ இதனை அறிந்திருப்பாரா? அகிலனை தண்டித்து விடுவாரா? அல்லது தன்னை புனிதம் கெட்டவள் என்று சபிப்பாரா? எதற்குமே பதில் தெரியாதவளாய், தியானத்தின முன்பின்னான உறக்க நிலைகளில் மாயா அவஸ்த்தையுற்றாள். இறுதியில் குருஜீயிடமே இதுபற்றி பேசுவதெனவும் தீர்மானித்துக் கொண்டாள்.

2

அன்றைய வகுப்பு தொடங்குவதற்கு முன்பாகவே மாயா வந்து அமர்ந்துகொண்டிருந்தாள்.

தியானத்திலிருந்து மீண்ட நடேசன் குரு 'நானே உன்னை கூப்பிட நினைச்சேன்' என்றார்.

'உங்கட்ட கொஞ்சம் பேசணும் குருஜீ'

'நீ என்ன பேசப் போறன்னு தெரியும் மாயா... எல்லாமே சரியாதான் நடக்குது...'

'இல்ல குருஜீ நீங்க நினைக்கிறமாதிரி எதுவுமே சரியா நடக்கல'

'இந்த மாச பௌர்ணமி தினம்... பிரம்மமுகூர்த்த பொழுதின் ஒருகணம் அந்த கருவுக்கான நேரமா இருக்கலாம் மாயா'

'என்னால அத நம்ப முடியல குருஜீ... என்ன மன்னிச்சிடுங்க.... அந்த புனிதம் என்னட்ட இப்போ எப்டி இருக்க முடியும்? நான் இன்னொருத்தரோட மனைவி'

'அது பற்றிய கவலை உனக்கு வேணாம்'

'ஆனா அகிலன்...' அவள் நிறுத்திக் கொண்டாள்.

குருஜியின் முகம் சட்டென மாறியது. 'அவனுடன் தொடர்பில் இருக்கிறாயா?' இந்த திடீர் ஆவேசத்தை மாயா எதிர்பார்க்கவில்லை.

மாயா இப்போது பயந்தவளாய் தோன்றினாள். குருஜீ கண்களை இறுக்கமாக மூடிக்கொண்டார். தன் கோபத்தை தணிக்க முயல்வதை காட்டிக்கொள்வதாய் இருந்ததந்த அசைவுகள். சற்று நேரம் தாமதித்து கண்கள் திறந்த அவர் தன்னிலை மறந்து கோபத்தின் உச்சம் தொட்டிருந்தார். அதற்குள் நாலைந்து பேர் வகுப்பிற்குள் வந்து விட்டிருந்தனர். நீலமேகமும் வந்திருந்தான்.

குருஜீ சாதாரண நிலைக்கு தன்னை மாற்றி எப்பொழுதும் போல முதல் பதினைந்து நிமிட வகுப்பை கலந்துரையாடலுக்குள் மூழ்க வைத்தார்.

அன்று, கௌதம புத்தர் சித்தார்த்தனாய் இல்லறம் துறந்த உணர்வு பற்றிய வாதங்கள் சூடுபிடித்தன.

'சித்தார்த்தன் புத்தராக மாறிய பின் அவருக்காகவே பரிசுத்த வாழ்வொன்றை யசோதரா ஏற்றுக் கொண்டிருந்தாள். ஆகவேதான் அவளது அத்தனை எண்ணக் குமுறலையும் போக்கிக் கொள்வதற்காய்

தன் பாதத்தை ஸ்பரிசித்து அழுதிடும் பெரும் வாய்ப்பை புத்தர் அவளுக்கு அளித்தார்'

தொடர்ச்சியாய் யசோதராவின் புனிதம் தொடர்பாக குருஜீ பேசிக்கொண்டேயிருந்தார். இடைக்கிடை மாயாவையும் அவதானித்தார்.

மாயா தன்னையறியாமல் கண்களை மூடிக்கொண்டு யசோதராவின் உணர்ச்சி கொந்தளிப்புகளை தனதாக மாற்றி யோசிக்கத் தொடங்கியிருந்தாள்.

பிறந்த குழந்தையுடன் ஆசையாய் கணவனை எதிர்பார்த்திருந்த அல்லது கணவனின் அருகாமைக்கு தவித்திருந்தவளிடம் சொல்லிக் கொள்ளாமல் ஒருவன் வெளியேறி துறவு கொள்கிறான். தனக்காக வாழ்வை இடையில் துறந்த அற்புதப் பெண்ணென அவளைக் கொண்டாடுகிறான். அவளது மனக்குமுறல் தீரட்டுமென்பதற்காய் ஒரேயொரு தடவை அவனது பாதங்களைத் தொடுவதை வாய்ப்பாய் அளித்து பெண்ணுக்கு சரிசம உரிமை கொடுத்தாய் பாராட்டையும் பெறுகிறான்.

யசோதரா விரும்பித்தான் கௌதமனை ஏற்றாளா... அல்லது புத்தன் எனும் உத்தமனுக்கு சக்தியாகும் புனிதம் உன்னிடம் மட்டுமே உண்டென்று நம்பவைத்ததால் அவள் அச்சூழ்நிலைக்குத் தள்ளப்பட்டாளா...? ஆனால் யசோதராவிற்கு குற்றவுணர்ச்சி என்றொன்று இருந்திருக்க வாய்ப்பில்லையே...! நடுவில் நீலமேகம் என்ன பாவம் செய்தான்? அவன் ஏன் ஏமாற்றப்பட வேண்டும்? அவனுக்கான பதிலை யார் தந்துவிட முடியும்? அதையும் விதியென்பதாய் கூறி தப்பித்துவிடுதல் நியாயம் தானா?

அப்போது குருஜீ கூறினார்...

'யசோதரா என்பவள் சக்தி. சக்தியும் சிவமும் என்றாவதே உலகம். ஆக பிறவிகள் தோறும் யசோதராவே புத்தனின் ஆத்மாவிற்கு துணையாக வேண்டும் என்ற வரத்தையும் பெற்றுக் கொள்கிறாள்'

மாயா கோபம் மேலோங்க சூழல் மறந்து அவரது பேச்சை இடைமறித்தாள்.

'இல்லை... பிறவிகள் தோறும் சக்தியாக வேண்டுமென்ற வரத்தை யசோதரா விரும்பியேற்றிருக்க மாட்டாள். அவளது அனுமதியின்றி அந்த வரத்தை அளித்த கடவுள் பெரும் துரோகியாகவே இருக்க வேண்டும்'

‘புரியாமல் பேசாதே மாயா. கடவுள் எப்படி துரோகியாக முடியும்? அது அப்படிதான் ஆகவேண்டுமென்பது அவளது விதி’

‘அதுதான் விதியாக இருக்குமானால் அவளால் எப்படி காதல் வசப்பட்டிருக்க முடியும்? இல்லையேல் யாரோ கைகாட்டிய ஒருவனை மணந்து எப்படி இல்லறம் என்ற பெயரில் பெருந்துரோகம் ஒன்றை செய்ய முடியும்? நான் எதற்காக சம்பந்தமேயில்லாத நீலமேகத்திற்கு துரோகியாக வேண்டும்?’

அவர்கள் என்ன பேசிக் கொள்கிறார்கள் என்பது புரியாமல் எல்லோரும் மாறி மாறி இருவரையும் பார்த்தார்கள். நீலமேகம் அதிர்ச்சியடைந்தவனாய் அமர்ந்திருந்தான்.

‘யசோதரா பயங்கரமாக ஏமாற்றப்பட்டிருக்கிறாள் குருஜீ. உண்மையறிந்து வெளியேற தைரியமற்ற ஒரு பெண்ணாய் அந்த யசோதரா வேண்டுமென்றால் இருந்திருக்கலாம். ஆனால் நான் மாயா’

மாயா இன்னும் சொன்னாள்.

‘என் அனுமதியின்றி எனக்கு விருப்பமற்ற வரத்தை அளிப்பவர் கடவுளாகவே இருந்தாலும் அவர் தண்டிக்கப்பட வேண்டியவர்... பல கேள்விகளுக்கு அனைவர் மத்தியிலும் பதில் தர வேண்டியர்.

‘நிதானமிழந்து பேசுகிறாய்...மாயா’

தன் குரலுயர்த்தி பேசி அவளது தொடர்ச்சியான வாதாடலை நிறுத்த முயன்றார் குருஜீ.

‘இல்லை இப்பொழுதுதான் நிதானமாக பேசத் தொடங்கியிருக்கிறேன்... காலமெல்லாம் ஒருவனுக்கு துரோகியாவதை என்னால் ஏற்க முடியவில்லை. நீலமேகத்திற்கான பதிலை நீங்கள் மட்டுமே தரமுடியும். மேலும் ஒவ்வொரு தியானத்திலும்.... ஒவ்வொரு புணர்ச்சியின் போதும் என் அனுமதி இல்லாமலேயே அகிலன் எனக்குள் வந்து போகிறான் என்பதையும் நீங்கள் தெரிந்துக் கொள்ளவும் வேண்டும்.’

முற்றிலும் சூழ்நிலை மறந்து கோபம் தெறிக்கச் சத்தமாக கத்தினார் அவர்.

‘இழிகுலத்து நாயே உன் புத்தியை காட்டி விட்டாய்... உன்னை சரிசமமாக மதித்து என் ஸ்பரிசத்தை பெற தகுதியாக்கினால் கண்ட நாயோடெல்லாம் புணர்கிறேன் என்று என்னிடமே சொல்கிறாயா?’

வகுப்பில் இருந்த எல்லோரும் புரிந்தும் புரியாமலுமாய் பார்த்துக் கொண்டிருந்தார்கள். குருவின் இந்த புதிய முகம் அவர்களை அதிர்ச்சிக்குள்ளாக்கியிருந்தது. மாயாவும் அதியுச்ச கோப நிலையிலேயே பேசினாள்.

'தகுதி என்பது வெறும் உயர்குலப் பிறப்பால் மட்டுமே அமைவதாய் எண்ணிக் கொண்டிருக்கும் மகா குருவே நீங்கள் எதிர்பார்த்ததைப் போலவே யசோதராவின் கருவறை மிகப்புனிதமானதுதான். அவளுக்கும் ஒரு ராகுலன் பிறக்கத்தான் போகிறான். ஆனால் அவன் நிச்சயமாய் புத்தனது சிசுவாய் இருக்க மாட்டான்'

மாயா வகுப்பிலிருந்து வேகமாக வெளியேறினாள்.

- மஞ்சரி 2020

கமீலே டொன்சியுக்ஸின் ஜோடித் தோடுகள்

அந்த ஒருஜோடித் தோடுகளால் மாத்திரம் பேசமுடிகிறதென்பதையும் அவை சதா தன் காதுகளுக்குள் முணுமுணுத்தபடி எதையோ சொல்லவிழைகிறதென்பதையும் வெளியே சொல்ல முடியாத தடுமாற்றத்துடனேயே நாட்களைக் கடத்திக் கொண்டிருந்தாள் மயிலா

இந்தத்தோடுகளைத் தவிர்த்து மேலும் இரண்டு ஜோடித்தோடுகள் அவளிடமிருந்தன. அதிலொன்று செவ்வக வடிவத்திலான பெரிய தோடு. இன்னுமொன்று நட்சத்திர வடிவத்திலான தங்கத்தோடு. அவையிரண்டையும் மாற்றி மாற்றி போட்டுக்கொள்வதையே மயிலா விரும்பினாளென்றாலும் அம்மாவின் திடீர் ஆசையை நிறைவேற்றுவதற்காய் இந்தப் புதிய தோட்டை அணியவேண்டியதாய் ஆகிப்போயிருந்தது.

சொல்லப்போனால் எதிர்பாரா நேரத்தில் கிடைத்த பேரதிர்ஷ்டப் பொருளாக வந்தமைந்த தோடிது.

ஒரு ரயில்பயண அரையிருள் பொழுதில் அம்மாவின் கண்களுக்கு மாத்திரமே தென்பட்ட வெள்ளை கடுதாசி சுருளை என்னவென்று பார்க்காமலேயே தன் கைப்பைக்குள் பதுக்கி வைத்திருந்திருக்கிறாள். வீட்டுக்கு வந்ததும் அதனை பிரித்துப் பார்த்தவள் திறந்த வாயை ஓரிரு நொடிகள் மூடவேயில்லை.

'யாரோடதுன்னு கேட்டு குடுத்திருக்கலாமேம்மா'

'முட்டாளா நீ... இது நமக்கு கெடச்ச அதிர்ஷ்டம்டி'

பூ வடிவிலான அந்தத் தோட்டின் சரிமத்தியில் ஒரு கல் விசித்திர ஒளியுடன் மினுங்கி தோடு மொத்தத்தையும் மிகக் கவர்ச்சியானதாக காட்டியது. நிஜத்தில் ஒரு பூ மலர்ந்து விரிந்தது போல பளீரென பிரகாசித்தது.

'வைரக்கல்லாயிருக்குமோ!' இது அம்மாவின் பேராசை.

'ச்சே சும்மா கல்லுதாம்மா'

'இல்லடி இப்புடி மினுங்குதே'

இல்லாமலில்லை. அந்த கல்ஜொலிப்பின் அசாதாரண அழகை மயிலாவும் அவதானித்தாள்.

அம்மாவே அதனை பவ்வியமாய் கையாண்டு மயிலாவின் காது துளைகளுக்குள் பொருத்தினாள். பல தடவைகள் தோட்டுடனான மயிலாவை பார்த்துப் பல்லிளித்தாள்.

'யார்ட்டயும் சொல்லிடாத என்ன?'

ஏன் எனும் தொனியுடனான மயிலாவின் பார்வைக்கு.

'நான் சொல்றத மட்டும் கேளு... கொஞ்ச நாளைக்கு அப்பறமா இது பத்தி விசாரிச்சிக்கலாம்' என்றாள்.

முதலிரு நாட்களில் அந்தத் தோடுகளால் பேச முடியுமென்பதை மயிலா உணரவில்லை. ஆழ் உறக்கத்தின் பின்னரான ஏதோ சில குழப்பமான நினைவுகளும் நடுசாம விழிப்பில் தன்னை எரிச்சல் படுத்திய அந்த முணுமுணுப்பும் தோட்டுடனானதென்பதை நம்புவதற்கும் அவள் தயாராக இருக்கவில்லை.

மூன்றாம் நாளில் உச்சிவெயில் ஆற்றுக்குளியலின் போதே அவள் அதனை அவதானிக்கத் தொடங்கியிருந்தாள்.

'என்னை நனைக்க மாட்டாயா?'

மயிலா சுற்றிலுமாய் பார்த்தாள். கண்ணுக்கெட்டிய தூரம் வரை யாருமே இருக்கவில்லை. பின் யார்தான் பேசியிருக்க முடியும்! காதின் மிக அருகாமையில் மிதந்து செல்லும் காற்று பேசிவிட்டுப் போகிறதா என்ன? அப்படியில்லையென்றால் இத்தனை மென்மையாக வேறு யார் பேசியிருப்பார்கள்?

மயிலா மூச்சடக்கி அந்த மெல்லிய குரலொலியை துல்லியமாய் செவிமடுத்தாள்.

'நனைக்க மாட்டாயா?'

'யார் பேசுறது?' என்றாள் மயிலா.

ஒரு கையால் ஓசை வந்த வலது காதின் தோட்டை தடவிக் கொடுத்தபடி "நீயா?" என்றாள்.

'நீ கெட்டிக்காரிதான்' என்றது அந்த தோடு.

'எப்டியிது... நெஜமாவே உன்னால பேச முடியுதா?'

'முதலில் என்னை நனைத்து விடு பிறகு பேசலாம்'

மயிலா நீரினுள் நன்கமிழ்ந்து நீராடினாள். அதிசயத்தின் உச்சத்தில் பிரமிப்படைந்தாள். அந்த தோடுகளின் வசீகரிக்கும் இனிய குரலை மீண்டும் கேட்க ஆசைப்பட்டாள்.

'ஹே தோடே..... உனக்கு ஒரு பேர் வைக்கணுமே...!'

'சொல் என்ன பெயர் வைக்க போகிறாய்?'

மீனு... திவி... மஞ்சு... இப்டி ஏதாவது?'

'கமீலே என்றழைக்கிறாயா? அந்த பெயரை உச்சரிக்கும் போது தோட்டின் குரலில் சிறு நடுக்கமொன்றிருந்து.

'கமீலே...' மெதுவாக அழைத்தாள் மயிலா. எந்தப் பக்கம் பார்த்து பேசுவதென்று தெரியாமலிருந்தது அவளுக்கு.

'ஆமாம் ஆமாம் அதே பெயர் தான்'

'சரி... அந்த பேர்ல அப்டி என்ன சந்தோசம் ஒனக்கு?'

'உனக்கு கமீலேவை தெரியாதா...?

'யார் அவங்க?'

'அவளின் முழுப்பெயர் கமீலே டொன்சியுக்ஸ். புகழ்பெற்ற பிரெஞ்சு ஓவியரான க்ளாட் மோனேவின் முதல் மனைவி அவள்.'

மயிலா மௌனமாக கேட்டுக் கொண்டிருந்தாள்.

'பச்சை ஆடை உடுத்திய பெண்' என்ற ஓவியத்தை பற்றி நீ எதுவும் அறிந்ததில்லையா? அந்த ஓவியத்திற்கு மாடலாக நின்றவள் அவள்தான்.

'ம்ம்...'

'அந்த ஓவியத்திற்காக நிற்கும் போது அணிந்து கொள்வதற்காக ஒரு கழுத்தணியையும் அதற்கு பொருந்திப்போகக் கூடிய ஒரு ஜோடி காதணியையும் விரும்பி தெரிவு செய்து வாங்கிக் கொண்டாள்'

'ம்ம்'

'ஆனால் பாவம் அந்தப் பெண். அவளால் அதனை அணிந்து அழகுபார்க்க முடியாமலேயே போனது.'

‘ஏன் என்னாச்சு?’ மயிலாவிற்கு இந்தக் கதை பிடித்திருந்தது. ஆனால் இது ஒரு பொய்யான கதையென்றுதான் அவள் ஊகித்தாள்.

‘நீ நம்பாவிட்டாலும் இதெல்லாம் உண்மை மயிலா’

முதலாவது அதிசயம் அந்தத் தோடு அவளை பெயர் சொல்லி அழைத்தது. இரண்டாவது அவள் இந்தக்கதையை நம்பவில்லை யென்பதை கண்டுபிடித்திருந்தது.

‘ஒனக்கு எப்டி இதெல்லாம் தெரியுது...? நான் கனவேதும் காண்றேனா என்ன?’

‘இல்லை. இதுவல்லாத இன்னும் பல அதிசயங்களையும் நீ உணரக்கூடும்.’

‘அப்போ இதெல்லாம் எப்டி நடக்குதுன்னு சொல்ல மாட்டியா?’

‘நான் கனவுகளாலும் அதீத கற்பனைகளாலும் வடிவமைக்கப்பட்டு உருவாக்கப்பட்டவள் மயிலா. மோனே தன் ஓவியப்பூக்களில் பல்வேறு இரகசியங்களை ஒளித்து வைத்திருப்பதை போலவும்... பூக்களின் திறந்த இதழ் நுட்பங்களை தன் ஓவியத்தினூடாக காட்டிவிட துடித்ததை போலவும் என்னையும் ஒரு அற்புத பூவாக அவர்கள் வடிவமைக்க விரும்பினார்கள். அப்போதுதான் மலர்ந்ததென்ற தோற்றத்தை நான் கொண்டிருக்க வேண்டு மென்பதற்காகவே ஒரு வைரக்கல்லால் என்னை அலங்கரித்தார்கள்.’

‘ம்ம்’

‘யோசித்துப்பார். கிட்டத்தட்ட 150 வருடங்களுக்கு முன் உருவான நான் இன்னும் இவ்வளவு அழகுடன் எப்படி இருக்க முடியும்? நான் ஒரு பெண்ணின் உணர்வுகளை உள்வாங்கி அவளாகி வாழ்ந்தவள். ஒரு கட்டத்தில் அவளுக்காக ஏங்கியவள். ஒரு நிஜப்பூவின் பவித்திரத்தை நான் கொண்டிருக்க வேண்டு மென்பதையே கமீலே டொன்சியுக்ஸ் விரும்பினாள். அவள் என்னை மிருதுவாக ஸ்பரிசித்தாள். தொட்டணைத்து முத்தமிட்டாள். என்னுடன் பேசத்தொடங்கினாள். வரையறைகடந்த தன் நேசிப்பினால் என்னைக் கொஞ்சம் கொஞ்சமாக உயிர்ப்பித்தாள்.’

தோடு பேசிக்கொண்டேயிருந்தது. இதையெல்லாம் அம்மாவிடம் சொல்வதா வேண்டாமாவென மயிலா யோசிக்கத் தொடங்கினாள். திடீரென இடைமறித்து ‘அதுசரி நீ எப்டி இங்க வந்து சேர்ந்த?’ என்று கேட்டாள்.

‘அது தெரியவில்லை. என் வாழ்நாளில் அதிக பொழுதுகளை

நான் அடகுக்கடை அழுக்கு லாச்சுகளுக்குள் தான் கழித்திருக்கிறேன். சுத்திப் பொதி செய்யப்பட்ட நிலையுடனேயே எங்கெல்லாமோ பயணித்திருக்கிறேன். கமீலே டொன்சியுக்ஸ் கூட, அவள் மிக விரும்பிய கழுத்தணியையும் என்னையும் அடகிலிருந்து மீட்டெடுத்து ஒருமுறையாவது ஒன்றாகச் சேர்த்து அணிந்துவிட வேண்டுமென்று போராடினாள். ஆனால் அவளால் அதனைச் சாத்தியப்படுத்த முடியாமல் போனதால் ஏதோ ஒரு கடையில் நீண்ட காலமாக அடைந்து கிடந்திருந்தேன்.'

'இங்கெல்லாம் பாதி பொம்பளைக நகை செய்றதே அடகு வைக்கத்தான் கமீலே. அது ஒனக்கு தெரியாதா?'

'இல்லை நான் கொஞ்சம் காலமாவது ஒரு பெண்ணின் அழகு பூரிப்புடன் வாழ ஆசைப்படுகிறேன். நீயும் அப்படி செய்து விடாதே'

தோடுகள் இடைவிடாமல் வலது காதிலும் இடது காதிலுமாய் எதையெதையோ பேசிக்கொண்டேயிருந்தன. அவை பேசுகையில் இரண்டு காதுகளிலும் மென்மையான அந்த நுனிப்பகுதி சில்லிட்டு கூசுவது போலவும் அக்கணத்தில் முழு உடலுமே அத்தோடுகளின் தோழமையை நாடி அவ்வுரையாடலுக்காய் ஏங்குவதை போலவுமாய் மயிலா நம்பத்தொடங்கினாள்.

எவ்வித எதிர்பார்ப்புகளுமற்ற அத்தோடுகளின் நட்பை மொத்தமாய் விரும்பினாள். தன்னை அடிக்கடி தனிமைப்படுத்திக் கொண்டு மனதிலுள்ளவற்றையெல்லாம் மணிக்கணக்கில் பேசித்தீர்த்தாள். அத்தோடுகளிரண்டையும் தன் உயரிய நேசிப்பிற்குரிய தோழியாய் மாற்றி யாருமறியாததொரு அரூப உறவை விஸ்தரித்துக் களித்தாள். சமயங்களில் தோடுகளின் தொடர்ச்சியான கதைகளில் மையலுற்று தானே அந்த 'கமீலே டொன்சியுக்ஸ்' என்பதாகவும் பாவனை செய்தாள்.

ஒரு ஓவியத்தின் மாடலைப் போல அசையாது ஓரிடத்தில் நின்றுக்காட்டி 'இப்டி நிக்கணும்னு தானே ஆசப்பட்ட?'என்பாள். அவை பேசிக்கொண்டிருக்கும் போது அவ்வொலி கழுத்துடன் ஊர்ந்து மிதந்து தன்னை மொத்தமாய் கவர்ந்திழுப்பதாய் சொல்லிக்கொள்வாள். மலைக்காடுகள் மீதேறி சத்தமாய் தோடுகளுடன் சேர்ந்து பாடுவாள். ஆற்றுநீருக்குள் தோடுகளை அமிழ்த்தியெடுத்து ஆனந்தப்படுத்துவாள். அவ்வப்போது கோபித்துக் கொண்டு பேசாதிருக்கவும் செய்தாள். அப்படியே அவளது மென்மையான ஸ்பரிசத்தை வருடலூடாக வெளிக்காட்டுவதுடன்

அத்தோடுகளது சப்தத்துடனான தொடுகையிலும் இன்புற்றுத் திளைத்தாள்.

★

ஒரு புதன்கிழமை மாலையில் வட்டிக்கு பணம் கொடுக்கும் அந்த பருமனான மனிதன் வந்துக்கொண்டிருந்தான். வழமை போலவே அம்மா, தண்ணீர் டங்கிக்கு பின்னால் இருக்கும் கூடைக்குள் அமர்ந்து தலையிலொரு துணியைப் போர்த்திக் கொண்டபடி மயிலாவை பொய் சொல்லச் சொன்னாள்.

இத்தகைய திடீர் பொய்கள் உடன் உருவாகும் திறன் மிக்கவையென்பதாலும் தொடர்ச்சியாக சொல்லிப் பழக்கப்பட்டமையாலும் கண்களிலோ உடலசைவிலோ எவ்விதக் குற்றவுணர்ச்சியையும் வெளிக்காட்ட விடாமல் வெகு லாவகமாக வந்து விழப்பார்க்கும்.

அவன் கேட்பதற்கு முன்பாகவே 'அம்மா கடைக்குப் போயிட்டாங்க' என்றாள்.

அவன் கோபமாக கண்களை சுழற்றித் தேடினான்.

'எத்தன மணிக்கு வருவாங்க?' என்று கேட்டான்.

'தெரியல' என்றபடி மயிலா கொடிகயிற்றில் கிடந்த உடைகளை சாவகாசமாக எடுத்து கைகளில் சேகரித்தாள். அவளது முகத்தில் ஏளனம் மிகுந்த சிரிப்பொன்று படர்ந்திருந்தது.

'ஒனக்கு எத்தன வயசு பாப்பா'

மயிலா அவனை நிமிர்ந்து பார்த்துவிட்டு குனிந்து கொண்டாள்.

'ஒரு பதினைஞ்சு பதினாறு இருக்குமா? வாங்குன காச குடுக்காட்டி வேற மாதிரி ஆகிடும்னு ஒங்கம்மாகிட்ட சொல்லிரு சரியா?'

அவன் பேசிய விதம் ஒருவிதமான சினத்தைக் கொப்பளிக்கும் தொனியாகவிருந்தது.

மயிலா பயந்து தலையாட்டினாள். சரிந்திருந்த அந்தக் கூடை மெதுவாய் அசைந்தது. அவன் கண்டு விடுவானோவென்று மயிலா பதட்டமானாள்.

'நாளைக்கும் இதே நேரத்துக்கு வருவேன். வட்டிக் காசாவது இருக்கணும் சொல்லிட்டேன்'

அவன் அதட்டாலாகச் சொல்லியபடி வாசலில் இங்குமங்குமாய் இருமுறை நடந்தான். வீட்டினுள் எட்டிப் பார்த்தான். சுவரோரம்

தென்பட்ட குளியலறை யன்னலில் எக்கித்தாவி உள்ளே பார்க்க முயற்சித்தான். பின் கோபமாக வெளியேறினான்.

அம்மா கைகால்களை உதறிக்கொண்டே கூடைக்குள்ளிருந்து வெளியே வந்து 'போயிட்டானா?' என்றாள்.

'என்ன வெளயாடுறியாம்மா? இனி எனக்கு பொய்யெல்லாம் சொல்ல முடியாது சொல்லிட்டேன்.'

'வட்டிக் காசையாவது நாளைக்கு குடுத்துறணும்டி. என்ன செய்றதுன்னு ஒன்னுமே புரியல'

அம்மா சட்டென்று மயிலாவின் காதிலிருந்த தோடுகளைப் பார்த்தாள். அவளது கண்களில் மின்னலடித்தது. உள்ளுக்குள் சிரித்துக் கொண்டாள். பின் எதற்காகவோ பயந்தவளாய் அவ்வெண்ணத்தை மாற்றி தன் கழுத்தில் தொங்கிய மஞ்சள் கயிற்றை வெளியே இழுத்துப் பார்த்தாள். தாலியென்ற பெயரில் ஒருதுண்டு தங்கமும் அதற்கு காவலாய் இரண்டு மணிகளும் ஒன்றுடனொன்று மோதுண்டு சப்தமெழுப்பின.

ஒரு மஞ்சள் துண்டை கழுவியெடுத்து அந்தக் கயிற்று மத்தியில் கட்டிக் கொண்டவள் மெதுவாகத் தாலியையும் மணிகளையும் அதிலிருந்து அகற்றி ஒரு கடுதாசியில் சுற்றியெடுத்துக் கொண்டாள்.

'எவ்வளவு கொடுப்பானோ... எப்டி மீட்டெடுக்கப் போறேனோ தெரியலயே..!'

புலம்பிக்கொண்டே அம்மா வெளியே செல்ல ஆயத்தமானாள்.

★

நகை அடகு பிடிக்கும் கடையொன்றில் காத்திருப்போர் வரிசையில் மயிலாவும் அம்மாவும் அமர்ந்திருந்தார்கள். அம்மாவின் படபடப்பு அவளது கைநடுக்கத்தில் வெளிப்பட்டுக் கொண்டிருந்தது.

தனக்குத் தேவையான பணத்தைப் பெற முடியாதென்ற கட்டத்தில் மிகுந்த கலவரத்துடன் ஒரு பெண் தனது தோடுகளைக் கழற்றி கொடுத்தாள். அவர்கள் சிறிது நேரத்திற்குள் அதுவும் போதாதென்றார்கள். அவள் அடுத்த நொடியிலேயே அழுதுவிடப் போவதைப்போல மனமுடைந்து ஏதோவெல்லாம் சொல்லி கெஞ்சிக்கொண்டிருந்தாள்.

அம்மா தன் நெற்றியில் அரும்பிய வியர்வையை அடிக்கடி துடைத்தபடியே அதனைப் பார்த்தாள். அம்மாவின் காதிலும் இரண்டு கல்தோடுகளிருந்தன.

மயிலா யோசித்தவாறே மௌனமாக அமர்ந்திருந்தாள். அவளுக்கு மிகவும் பரிச்சயமான அடிக்கடி வந்துபோகும், அறவும் பிடிக்காத இடமாக இது இருந்தது.

'உனக்கு பயமாருக்கா?'

மயிலா கிசுகிசுத்த குரலில் தோடுகளிடம் பேசினாள்.

'ஆமாம்... மிகவும்'

'பயப்புடாத நீ வைரக்கல்லுன்னு எங்கம்மாக்குத் தெரியாது'

'இது போன்ற கடைகளில் சிறைப்பட்டிருத்தலென்பது தீரா வேதனை மயிலா'

'நாங்க மட்டும் விரும்பியா இதையெல்லாம் பண்றோம். இந்த எடத்துல உக்காந்திருக்குறப்போ மனசு படுறபாடும் தவிப்பும் பத்தியெல்லாம் உனக்கெப்படி தெரியப்போகுது. ஆசையாசயா வாங்குன நகையெல்லாம் ஒன்னொன்னா பறிபோன இடமிது'

'எனக்குத் தெரியும். கமீலே டொன்சியுக்ஸ் இறந்தபின்னாலும் அவள் விரும்பிய கழுத்தணியையும் என்னையும் அணிவித்துவிட வேண்டுமென்று மோனே எத்தனையோ முயற்சிகளெடுத்திருக்கிறார். யாரிடமோவெல்லாம் கடன் கேட்டு கடிதங்களெல்லாம் எழுதி இருக்கிறார். அப்படியும் அது சாத்தியப்படாமல் போனபோது... அவள்இத்தகைய அணிகலன்களுக்காய் எத்தனை தூரம் தவிப்புடன் இருந்திருப்பாளென்றும் அது எத்தகைய துயரத்தையும் சொல்ல முடியாத மனவலியையும் அவர்களுக்கு அளித்திருக்குமென்பதையும் நான் நன்றாகவே அறிந்திருந்தேன்'

'எங்கம்மாவும் அப்பிடி அழுதுருக்காங்க கமீலே. சாமிய திட்டிக்கிட்டே அழுவாங;க. ஒருதடவ நீ இப்புடி கைலயும் கழுத்துலயும் மாட்டிக்கிட்டு மினுக்குறியே எங்களுக்கு மட்டும் ஒரு பொட்டுமணி இல்லாம போற அளவுக்கு வாட்டுறியேன்னு சொல்லிகிட்டே அம்மன் படத்த எடுத்து பீரோ உள்ளுக்கு பூட்டி வச்சிட்டாங்க. அவ்வளவு கோபம் அவங்களுக்கு'

'ஆமாம். ஆசையாய் வாங்கிய அணிகலன்களை அணிந்து கொள்ள முடியாத துர்பாக்கியத்தை பல பெண்கள் காலங்காலமாய் அனுபவித்துக் கொண்டிருப்பதற்கு நானே சாட்சி. என்னை எவருக்குமே தொடர்ச்சியாக அணிய முடிந்ததேயில்லை தெரியுமா?'

அடுத்தது அம்மாவின் முறை. அம்மா பரிதவிப்புடன் தன் கையிலிருந்த சுருளையும் அடையாள அட்டையையும் நீட்டினாள்.

அவர்கள் அதனைச் சரிபார்த்தபடி சிறிது தாமதித்து எதையோ சொல்லும் போது அவளது முகம் சட்டென மலர்ந்தது.

மயிலாவிற்கு எங்கிருந்து வந்ததென்று தெரியாத அந்த பயமும் நடுக்கமும் அகன்றது. மெதுவாகக் கையுயர்த்தி தோடுகளை ஒரு தடவை தடவிப்பார்த்துக் கொண்டாள்.

‘இல்லாம போயிருமோன்னு நினைக்குறதால வரும் பயம் அதிகமா ஆசப்பட வைக்குதில்ல...!’

‘என்ன சொன்னாய் புரியவில்லை’ என்றது தோடு.

‘இல்ல ஒன்னுமில்ல... உனக்கு இப்போ நல்ல காலம்னு சொன்னேன்.’ அவள் மீண்டுமொருமுறை இரண்டு தோடுகளையும் மென்மையாகத் தடவிக்கொடுத்தாள்.

‘உன் ஸ்பரிசத்தில் நான் கமீலே டொன்சியுக்சை உணர்கிறேன் மயிலா’

‘நெஜமாவா..?’

‘ம்ம்... அவளைப் விடவும் நீ என்னை நேசிக்கிறாய் என்றே தோன்றுகிறது.’

கமீலேவின் இந்த வார்த்தைகள் ஒரு இசையென மயிலாவின் நெஞ்சத்தை குழைந்தெடுத்தது.

‘போகலாம்டி’ என்றபடி அம்மா வேகமாக நடந்தாள். மயிலா பின்னாலேயே ஓடிச்சென்றாள்.

★

தோடு பற்றிய பல்வேறு வதந்திகள் பரவலாகப் பேசப்பட்டன. அத்துடன் மயிலா தனியாகப் பேசிக்கொண்டு திரிவது பற்றியும்.

எல்லா கல்லும் எல்லோருக்கும் ஒத்துப்போகாதாம். ஒருசில கற்கள் பதித்த தோடுகளால் பித்துப்பிடித்து அலைய வேண்டி வருமாம். அப்படியே ஆளையே இல்லாமல் ஆக்கிப் போட்டாலும் ஆச்சரியப்படுவதற்கில்லையாம்.

அம்மா கொஞ்சம் பயந்துதான் போயிருந்தாள்.

‘அதக் கழட்டி வச்சுருடி’ என்று அடிக்கடி சொல்லத் தொடங்கினாள். ஒருசிலர் அதனை வைரக்கல்லாயிருக்குமென சொல்லியிருந்ததால் ‘கொண்டுபோய் கேட்டு பார்த்தா பெரிய வெலைக்கு வித்துரலாம்’ என்றபடி கனவு காணவும் ஆரம்பித்தாள்.

நாளுக்குநாள் இந்தத் தோடுகள் பற்றிய விவாதங்கள் அதிகரிக்கத் தொடங்கின. அதனை நல்ல விலைக்கு வாங்கி தாங்களே விற்றுக் கொள்வதாயும் அம்மாவிடம் சிலர் சொல்லியிருந்தார்கள்.

‘முருகேசு மாமா இருவதாயிரம் ரூவா தாரேங்குறாரு. அவருகிட்ட குடுத்துருவமா? அது பித்தள தோடா இருந்தா கூட நாம காச திருப்பித்தர வேணான்னு சொல்றாரு.’

‘அடகு கடையில கேப்பமாடி?’

‘நம்ம சகுந்தலா புருசன் நகை கடையில தான் வேல செய்யுறாராம். அவருகிட்ட குடுத்து கேட்டுப்பார்க்க சொல்லுவமா?’

‘இல்லன்னா பேங்குல கொண்டு போய் வச்சாலும் தெரிஞ்சுரும் இல்லயா?’

அம்மாவின் ஆலோசனைகள் நேரத்திற்கொன்றாய் மாற்றம் அடையத் தொடங்கியது.

மயிலா பதில்களற்று துயரமடைந்திருந்தாள்.

‘நீ என்ன விட்டுப் போறத யாராலும் தடுக்க முடியாது போல கமீலே’ என்றாள்.’

‘என்னைக் காப்பாற்ற எதுவுமே செய்ய மாட்டாயா? என்னை மீண்டும் சிறைப்படுத்தப் போகும் இத்திட்டங்களுக்கு நீயும் உடந்தையாய் இருக்கிறாயா என்ன?’

‘இல்ல கமீலே உன்னோட இருக்குறப்ப அவ்வளவு சந்தோஷமா உணர்றேன். ஆனா எங்கம்மாகிட்ட இதயெல்லாம் எப்படி சொல்லி புரிய வைக்கிறதுன்னு தெரியல...’

‘என்றாலும் இத்தனை பெறுமதியான என்னை விற்பதை விட அணிந்து அழகு பார்த்தல் தான் சிறந்ததென்று உனக்கோ உன் அம்மாவிற்கோ தோன்றவில்லையா....?’

‘இல்லாமலா பின்ன...? உன்னோட கமீலே டொன்சியுக்ஸ் அவ்வளவு ஆழமா உன்ன நேசிச்சிட்டு அப்பறம் எதுக்காக அடகு வச்சாங்க சொல்லு...?’

‘புரிகிறது மயிலா. ஆனால் நான் உங்களுக்கு அதிர்ஷ்டவசமா கிடைத்திருக்கிறேன். என்னை பற்றிய எந்த சரியான விபரமும் இன்னும் உங்களுக்கு தெரியாது. அப்படியிருக்கையில் உங்களது திட்டங்களும் செயல்களும் பேராசையாக தானே இருக்க முடியும். தவிரவும் என்னை விற்று கிடைக்கும் பணத்தில் உங்களது மொத்த

வாழ்வும் மாற்றமடையக்கூடுமென்பதற்கு என்ன ஆதாரம்? என்னை பொருத்தவரை யாரிடமோ நீங்கள் ஏமாறப் போகிறீர்கள் என்பதுவும் கிடைத்த அதிர்ஷ்டத்தை உங்கள் முட்டாள்தனத்தால் இழக்க போகிறீர்கள் என்பதுவுமே நிஜம்'

எல்லாமே சரியென்பதாவே இருந்தது. ஆனாலும் வேறென்னதான் செய்துவிட இயலும்? இந்தத் தோட்டை விற்பதால் கிடைக்கும் ஒருதொகைப் பணமா இல்லையேல் அழகும் கவர்ச்சியும் கூடவே பேசும் திறனையும் கொண்டிருக்கும் மனதிற்கு மிக நெருக்கமான இந்த ஒரு ஜோடித் தோடா?

எந்த பக்கமாய் யோசித்தாலும் தோடு என்பதே பதிலாய் அமைந்தது. எனினும் எவ்வாறு அதனை தக்கவைத்துக் கொள்வது?

ஓரிரு நாட்கள் தோடுகளுடன் பேசாமல் தனியாக யோசித்தாள் மயிலா. அந்த கமீலே டொன்சியுக்சை போல அல்லது மோனேவை போல நானும் ஒருநாள் தவித்து அழுது ஏங்க வேண்டுமா என்ன? நானும்தான் இந்தத் தோடுகளை அளவற்று நேசிக்கத் தொடங்கியிருக்கிறேன். என்றாலுமே வெறும் நேசிப்பை மாத்திரம் ஆதாரமாக்கிப் பிடித்தவொன்றை தக்கவைத்துக் கொள்ளுதலும் சாத்தியமா? அவளுக்குப் புரியவில்லை.

மயிலா தோடுகளிடம் சொன்னாள்.

'என்ன மன்னிச்சிடு கமீலே. நானும் ஒனக்காக ரொம்ப ஏங்குவேன்.'

நாட்களின் நகர்வில் தோட்டின் உண்மையான பெறுமதி சிறுகச் சிறுக வெளிப்பட்டது. அம்மா அதனை மயிலாவிடமிருந்து கட்டாயப்படுத்தி வாங்கி மிகப்பத்திரமாய் பாதுகாக்கத் தொடங்கினாள். அவளது அலுமாரிக்குள்ளேயே வைத்து அழகு பார்த்தாள். இரகசியமான முறையில் பெருந்தொகையளவான பணத்திற்கு அதனை விற்பதற்கான சந்தர்ப்பத்தையும் உருவாக்கிக் கொண்டாள்.

இன்னும் ஓரிரு தினங்களில் தோடு கைமாறப் போகிறது எனும் நிலையில், மயிலா தவித்தாள். வேகமாக நடந்தாள். அவ்வப்போது தடாரென அமர்ந்து பெருமூச்சு விட்டாள். வேறொரு தோட்டினை அணிந்துக்கொள்ள மனம் ஒப்பா நிலையில் தன் வெறுமையான காதுகளை அடிக்கடி தடவிப்பார்த்துக் கொண்டாள். கமீலேவுடன் பேச வேண்டுமென ஏங்கினாள்.

இரவுகளைக் கடக்கப் பெரும் சிரமாயிருந்தது. இறுதியாக

ஒருதடவை அத்தோடுகளை அணிந்து... ஆசைத்தீர அழகுபார்த்து... கொஞ்சம் அதனுடன் பேசி... மயிலாவை ஏதோ ஒன்று உந்தியது.

இருளைப் பொருட்படுத்தாமல் பழகிய நிதானத்தில் அந்த அலமாரியிடத்தே ஓடினாள். கசிந்தொழுகிய மெல்லிய நிலவொளி பரவி அச்சூழலை தெளிவாக்கியது. சத்தம் வராமல் அலமாரியைத் திறந்து அவசரமாகத் தோட்டைப் பத்திரப்படுத்தியிருந்த இடத்தினைத் துழாவினாள். கைகள் நடுக்கம் கொண்டன. ஏனென்று தெரியாமல் அழுகை முட்டியது.

அம்மாவின் கூரைப்புடவைக்கடியில் மிகப் பாதுகாப்பாய் வைக்கப்பட்டிருந்த அந்த சிவப்பு நிற சிறியப்பெட்டியை ஆவலுடன் திறந்தாள். அங்கே தோடுகள் தென்படவில்லை. ஒருகணம் இதயத்துடிப்பு ஸ்தம்பித்துப் போனதாயும் கண்கள் இருட்டிக்கொண்டு வருவதாயுமான உணர்வுகளுடன் மிகுந்த படபடப்புடன் கண்களை ஒருதடவை துடைத்துவிட்டுக்கொண்டு இன்னும் தெளிவாக பார்வையை சுருக்கிப்பார்த்தாள். பெட்டி ஒன்றுமில்லாமல் வெறுமையாகவேயிருந்தது.

பெரும் அவஸ்த்தையுடன் அம்மாவை எழுப்ப அருகே சென்றாள்.

அம்மா போர்வையை தலையுடன் போர்த்தியவாறே தனியே பேசிக்கொண்டிருந்தாள்.

நீலி

துங்ஹிந்த நீர்வீழ்ச்சி தெறித்து விழுமோசை அவ்வனத்து எல்லை வரை துல்லியமாய் கேட்டுக்கொண்டிருந்தது. கிளைக்குக் கிளை தாவிக் குதித்துக்கொண்டிருந்த இரண்டு குரங்குகள் அவ்வோசையின் தாளத்திற்கேற்ப பாய்ந்தபடி சென்றன.

அக்காட்டின் ஒற்றை தேவதையான நீலி அக்குரங்குகளைப் பின்தொடர்ந்தபடி நடந்துகொண்டிருந்தாள். அவளுக்கு வழிக்காட்டிக் கொண்டிருக்கிறோம் என்பதை மறந்தனவாய் அக்குரங்குகள் திசைமாறி போய்க் கொண்டிருந்தன.

காட்டிற்குள் படர்ந்திருந்த இருள் குரங்குகளை இன்னும் கருமையாகக் காட்டியதால் நீலி அடிக்கடி அவற்றை உற்று அவதானித்துக் கொண்டாள். இலைகள் மூடியிருக்கும் புதர்களை நீலி நன்கறிவாள். அவ்விடங்களை தவிர்த்தொதுக்கியவாறு பாதைகளற்ற அடர்தாவரப் பகுதிகளுக்கிடையே வழியொன்றை உருவாக்கியவளாய் அவள் நடந்தாள்.

திருப்பங்களில் திடீரெனத் தட்டுப்படும் மரக்கிளையிடத்து குனியத் தோன்றாமல் அவற்றை வலிந்துப் பிடித்துத் தள்ளினாள். சில காய்ந்த வாதுகளை உடைத்து முறித்துப் போட்டாள். முட்செடிகளைத் தாண்டும்போது ஏற்படும் சிராய்ப்புகளை கணக்கில் கொள்ளாது சிரித்தபடியே நடந்தாள். முட்கீறலின் நீள்கோட்டு வடிவ அச்சுகள் அவளது கைகளிலும் கால்களிலும் படிந்திருந்தன.

கலைந்திருந்த கேசத்தை கைகளால் நீலி அழுத்திவிட்டுக்கொண்டாள். முகத்தை கைகளால் துடைத்துக் கொண்டாள். குளிர்காற்றின் ஊறல் மேனியைச் சில்லிடச் செய்தது. கைகளில் தட்டுப்பட்ட ஏதோவொரு இலையை பிய்த்துக் கசக்கி முகர்ந்து பார்த்தாள். வாசனையில் கசப்பேறியிருந்தது. கைகளில் படிந்திருந்த பச்சையத்தை இன்னுமொரு மரத்தின் தண்டுப்பகுதியில் தேய்த்து விட்டபடி குரங்குகளைத் தேடினாள்.

தனக்கு அதிர்ச்சி தரும்படியான இரண்டு செய்திகளை அந்தக் குரங்குகள் அவளிடம் கூறியிருந்தன.

ஒன்று துங்ஹிந்த நீர்வீழ்ச்சியைப் பார்க்கவரும் மனிதர்களுடன் நீலியை விடவும் அழகான பெண்கள் வருகிறார்களாம்.

இரண்டு அக்காட்டு நடைவழிப்பாதையின் ஓரிடத்தில் முல்லை நிலத் தேவனெனும் ஒரு கடவுளின் சிலை வைக்கப்பட்டுள்ளதாம். குறிப்பாக அச்சிலை நீலம் படிந்த கருமை நிறத்துடன் அப்படியே நீலியை ஒத்ததாய் தோற்றம் தருகிறதாம்.

இரண்டாவதாக குரங்கு சொன்ன அவ்விடயமானது நீலியின் நாளாந்த நடவடிக்கைகளை முற்றிலும் மாற்றுவதாயிருந்தது. குதூகலிப்பின் அதிர்வுகள் பன்மடங்காகி அவளைப் பெரிதும் அவஸ்தைப்படுத்தத் தொடங்கியிருந்தன.

மனித நடமாட்டமுள்ள பகுதிகளுக்குள் செல்வதை விடுத்து அவர்கள் கடக்கும் பாதைவழிச் சென்று அழகுததும்புமந்த நீர்வீழ்ச்சியைத்தானும் அருகிருந்து இரசிக்கத்துணியாத அவள் குரங்குகள் கூறியிருந்த இரண்டையுமே பார்த்து விடுவதென முடிவெடுத்தவளாகவே அவைகளைப் பின்தொடர்ந்து கொண்டிருந்தாள்.

குரங்குகள் கண்ணில் தென்படவில்லை. ஆனால் அவை இலைகளுடன் உரசியபடி மரங்களில் தாவிச் செல்லுமோசை மட்டும் தொடர்ச்சியாகக் கேட்டுக் கொண்டிருந்தது.

நீண்ட தூரம் நடந்து விட்டதாய் தோன்றியதவளுக்கு. கைகளைக் கோர்த்துயர்த்தி உடல் நெளித்தாள். கழுத்தைச் சுழற்றி நெட்டி முறித்துக்கொண்டாள். ஆழ்ந்து சுவாசித்து மென் காற்றின் வசீகரத்தை அப்படியே உள்ளிழுத்தாள்.

வெகு நாட்களாய் வெளியேறாமலிருந்த அடர் காட்டுப் பகுதிக்குள்ளிருந்து வெளியேறியதால் சிவந்த தன் விழிகளால் சுற்றிலும் பார்த்தவாறாய் ஒவ்வொரு அடியையும் மிக நிதானமாகவே எடுத்து வைத்தாள்.

அழுத்தமான அவளது காலடிகள் பட்டு ஆங்காங்கே சிறுதாவரங்கள் சிலிர்த்துக் கெண்டன. அவளுக்குப் பரிச்சயமற்ற பகற்பொழுதுப் பறவைகள் மறைந்து கொண்டன. தன் நிமிர்ந்த நேரான திமிர் நடைக்கு தடைகளாக எதிர்பட்ட சிலந்திவலைகளை கைகளால் விலக்கி வீசியெறிந்துவிட்டு நீலி நடந்து கொண்டிருந்தாள்.

தேவையேற்படும் போதிலெல்லாம் தன்னை ஒரு யட்சியாக மாற்றிக்கொள்ளும் நீலியால் அந்த மொத்த காட்டையும் ஆளக்கூடிய தோரணை இருப்பதாய் எண்ணிக்கொள்ள முடிந்தது. யட்சியாக உலவும் அவளின் உருவம் கண்டு அவ்வனத்தின் விலங்குகளை

விடுத்து தாவரங்களும் கூட அஞ்சிக்கிடப்பதையும் அவ்வப்போது அவதானிக்க முடிந்திருந்தது.

ஆனால் அந்தக் காட்டினை நேசிப்பதைப் போலவே அங்கிருந்த தாவரங்களையும் விலங்குளையும் கூட நீலி நேசிப்பவளாகவே இருந்தாள்.

காற்றுடன் மிதக்கும் சில ஆண் பிசாசுகள் எப்போதாவது அவளை நெருங்க நினைக்கும் பொழுதுகளில் மாத்திரம் நீலி மூர்க்கம் கொள்வாள். காட்டையே ஸ்தம்பிக்கச் செய்யுமளவில் சினம் கொப்பளிக்க நடனமாடவும் தொடங்குவாள்.

தன் கோர நடனத்தின் இசையென துங்ஹிந்த நீர்வீழ்ச்சியின் இடையறாத ஓசையை செவிமெடுத்து மணிக்கணக்கில் ஆடிக்கொண்டேயிருப்பாள். தன் நாட்டியத்தின் பாவங்களாய் எதிர்பட்டதையெல்லாம் சினந்து துவம்சம் செய்வாள். வெறித்தனமாய் கானம் இசைத்து தன்னை ஆசுவாசப்படுத்தவும் துணிவாள். எல்லாம் தாண்டிய நடனத்தின் எல்லையென அதிமோகம் கொண்டவளாய் முழுக்காட்டையுமே புணர்ந்தும் கிடப்பாள்.

அவள் பிரமாண்டமானதொரு சக்தியாகவும்... தாமரை முகம் கொண்ட மூலாதார சாகினியாகவும்... அரக்கியாகவும்... அவ்வப்போது அகோரியாகவும்... இனிஇல்லைஎனும்படியானஅழகியாயும் கூட... துங்ஹிந்த காட்டின் மகாராணி தானெனும் அடங்கா போதையுடன் அவள் நீலியாகவே அக்காட்டினை ஆக்கிரமித்திருந்தாள். அக்காடும் அவளை அரவணைத்துக் கொண்டிருந்தது.

திடீரென ஒருநாள் தான் எதிர்பார்த்துக் காத்திருந்த ஒரு தேவனைச் சந்திக்கப்போகிறோம் என்பது ஒரு கனவு போலவே இருந்தது. அது அவளது இயல்புகளை முற்றிலும் மாற்றம் காணச்செய்திருந்தது.

நீலி தன் நடையைக் கொஞ்சம் மிருதுவாக்கினாள். தன்னைச் சாந்தப்படுத்திக்கொண்டு பேரெழிலை தனக்குள் ஏற்றிக்கொள்ளப் பிரயத்தனித்தாள்.

வழிநெடுகிலும் கண்களுக்கு இதம் தந்த காட்டுப்பூக்களின் செந்நிற இதழ்கள் சொரிக்கும் விஞ்சிய அழகை காணுற்று அதன் சில மொட்டுக்களை தன் அடர்கூந்தலுக்குள் பரவலாகச் சூடிக்கொண்டாள். மயில்கள் சிந்திவிட்டுப்போயிருந்த வர்ண ஜொலிப்புடனான இறகுகளைச் சேகரித்து பிரகாசமானதொரு ஆடைநெய்தாள். ததும்பி வழிந்த அழகுடனான அவ்வாடையைக் கச்சிதமாக தன்மேனியில் பொருத்திய அக்கணத்தில்தான் தன்

பிம்பத்தை ஒருமுறை காண வேண்டுமெனும் அவாவும் சேர்ந்தே அவளிடம் உச்சம் பெற்றது.

நடைபாதையை மாற்றி துங்ஹிந்த நீர்வீழ்ச்சியின் கிளையாறாய் சலனமற்று கிடக்கும் ஓர் அருவியனருகே நின்றுகொண்டாள். பகற்பொழுதின் மினுமினுப்பு நீரின் மேற்பரப்பில் மிதக்கத் தொடங்கியிருந்தது. நிறைந்து கிடந்த கூழாங்கற்கள் சிறு அதிர்வும் கொள்ளாமல் அப்படியே பளிச்சிட்டுத் தெரிந்தன.

தன் கால் விரல்களினால் ஒரு தொங்கல் நீரை அலம்பி நீர் மேற்பரப்பில் ஊடாடும் மெல்லிய அதிர்வையும் நீரினுள் சிறு முனகல் ஓசையினையும் ஏற்படுத்தி தனக்குத்தானே சிரித்துக்கொண்டாள். இதே இடத்தில் தன்தேவனுடன் தான் தழுவும் பிம்பத்தை நீர்மேற்பரப்பில் காணவேண்டுமெனத் தோன்றியதவளுக்கு.

மெல்லக்குனித்து தன் வதனத்தின் எழிலை உறுதிசெய்துகொண்டாள். பரந்திருந்த கூந்தல் சரிந்து ஒருபக்கமாகத் தொங்கியது. கருவிழிகளின் படபடப்பு மீன்களெனக் காட்சி தந்தன. மயிலிறகாலான அவ்வாடை பளபளத்து அவளைப் பேரெழிலுடன் மயக்கம் கொள்ளச்செய்தது. அவள் தன் நிமிர்வான உடலையும் இடையின் வளைவையும் கண்டு மகிழ்ந்து கொண்டாள்.

இருபிறவிகளாய்காத்திருந்த பின்னர்தன் தேவனை அடையப்போவதாய் நினைத்து நீலி சிலிர்ப்புற்றாள். மீண்டும் அவ்வடர்வனத்தின் மென்காற்றை எதிர்கொண்டபடியே தேவனின் இருப்பிடம் நோக்கி நடந்தாள்.

இப்போது ஒரு மானிடப்பெண்ணாக நீலியால் அவளை உணரமுடிகிறதெனும்போது வந்துக் குவிந்த முற்பிறவியின் கொடிய நினைவுகளை வீசியெறிய முடியாமல் தவித்தாள்.

ஒரு வணிகனும் அபலைப் பெண்ணொருத்தியும் பேசிக்கொண்ட வார்த்தைகள் காற்றினூடாக அவளைத்தொடர்ந்து பரவிக் கொண்டிருந்தன.

‘நிஜமாகவே இதுதான் வழியா? பெரும் காட்டுப்பகுதியாக தெரிகிறதே?’

‘பயம் வேண்டாமடி. மாலையிட்ட கணவன் கூடவே இருக்கிறேனே உனக்கென்ன பயம்?’

‘நாங்கள் வழிமாறி போவதாய் தோன்றுகிறது. இவ்வழியில் மனிதர் வாழும் ஊரொன்று இருக்க சாத்தியமில்லை அத்தான்.’

‘கொஞ்ச தூரம் பொறுத்துக்கொள். இதோ அருவியோடும் ஓசையும் ஏதோ ஆரவாரங்களும் கூட கேட்கிறதே. நாம் அபூர்வமானதொரு திருவிழாவை காணவே அடுத்த கிராமத்திற்கு செல்கிறோம்’

மனமெங்கும் கௌவிய பயத்தை அவள் மறைத்துக்கொண்டாள். ஒருசிலநாட்களாய் பிற மாது ஒருத்தியின் மாய வலைக்குள் சிக்கியிருந்த தனது கணவனை மீட்டெடுத்த பெருமிதத்தில் அவனது கரங்களை இறுகப்பற்றிக் கொண்டாள்.

நடைபாதை குறுகியது. விசாலமான வேர்கள் கால்களுக்குள் இடர்பட்டன. சில்லெனக் குளிர்விக்கும் அடர்த்தியான காற்று திடீரென உடலை அப்பிக்கொண்டது. பெரிய பெரிய மரங்களும், கருமையும், விசித்திரச் செடிகளின் பரிச்சயமே அற்ற மணமுமாய் அவ்விடம் காட்டின் நடுப்பகுதி போலவே இருந்தது. பெயர் தெரியா பறவைகளும் நடுங்க வைக்கும் அவற்றின் ஓசைகளும் பெருகின.

‘அத்தான் எனக்கு பயமாக இருக்கிறது’ என்றாள்.

நிமிர்ந்து அவளைப் பார்க்கும் அதே நொடியில் தயாராக வைத்திருந்த கத்தியால் அவளது வயிற்றை பலமுறை கிழித்துப்போட்டான்.

‘என் வாழ்க்கையில் குறுக்கிட தகுதியிள்ளாதவள் நீ.... மணந்த பாவத்திற்காக ஒரு மூலையில் கிடந்திருப்பாயானால் தொலையட்டும் என்று விட்டிருப்பேன். நீயோ என்னை சதா இம்சித்து உனக்குரியவனாக மட்டுமெனை வாழவைக்க முயற்சிக்கிறாயே. செத்து தொலையடி.’

கொஞ்சமும் எதிர்பாரா ஏமாற்றத்துடனான வலியிது. கதறியழவும் திராணியற்று உறைந்துபோயிருந்தாள். கத்தி கிழித்த காயமோ, திடீரென அந்நியமாகிப்போன சூழலோ மேலெழாமல் அவனது பச்சையான துரோகம் மட்டுமே கண்முன் நிழலாடியது.

பெருகும் குருதிப் பாய்ச்சலை கைகளில் அழுத்திப் பிடித்தபடி அவ்விடத்திலேயே சரிந்து விழுந்தாள். பழிவாங்கும் ஆதங்கம் அவளுக்குள் உதித்திருந்த அடுத்த நொடியிலேயே மரணம் தன்னை நெருங்குவதை உணர்ந்தாள். இருட்டிக்கொண்டுவரும் பார்வைக்குள் கடைசியாக அவனது வெற்றிச்சிரிப்பைக் கண்டபடியே வயிற்றுத்தசைப்பகுதிக்குள் குத்துப்பட்டு இறுகியிருந்த கத்தியை தீராத்துயருடன் உருவியிழுத்தபடி மெல்ல அடங்கினாள்.

உயிர்நீத்த அவ்வலியின் துளியெச்சம் இன்னும் ஒட்டியிருப்பதாயிருந்தது நீலிக்கு. வயிற்றைப்பற்றிப்பிடித்து

தடவிப்பார்த்தாள். நடுங்கியோய்ந்த உடலதிர்வை நிதானித்து உணர்ந்தாள். ஏக்கம் நிரம்பிய பூங்காற்றைச் சுவாசித்துக் கொண்டாள்.

தனது பிறவி இரகசியங்களை தேவன் அறிந்திருப்பானென்றே நீலிக்குத் தோன்றியது. இன்னும் சிறிது நேரத்தில் தன்னால் தேவனை தரிசிக்க முடியுமெனும் உணர்வானது அவளைப் பலமடங்கு சக்தி கொண்டவளாக்கிக் கொண்டிருந்தது. உள்ளம் பூரிக்க தேவனது ஆலயத்தை நெருங்கினாள். ஆளுயரச் சிலையாய் தேவன் சாந்தமாய் வீற்றிருப்பதை வெளியே நின்று கண்கொட்டாமல் பார்த்தாள். தான் தேவனின் பாதம் தொட அவர் அனுமதியாவிடில் திரும்பிப்போகலாம் எனும் நோக்கில் நடுக்கத்துடன் உள்ளே ஓரடி எடுத்து வைத்தாள்.

தானொரு யட்சியல்லவென்பதை நீலியுணர்ந்தாள். பாய்ந்தோடி தேவனின் பாதம் பற்றிக்கொண்டாள். பதைபதைப்பு மேலிட நிமிர்ந்து தேவனின் முகம் நோக்கினாள். “நீயே என் தேவன்... நீயே என் தேவன்... உனக்காகவே இருபிறவிகளெடுத்து காத்திருக்கிறேன். என்னை ஏற்றுக்கொள் தேவா...’

நீலி ஆனந்தத்தில் அழுதாள்.

தனக்கேற்ற துணையினைத் தெரிவு செய்யும் ஒரு ஜீவனால்தான் உண்மையான வாழ்வின் சுவையை அனுபவித்திட இயலும். வணிகன் தன்னை வலிந்து மணந்தான். பெண்ணொருத்தியின் அபார சக்தி கண்டு பயந்தான். அவளை அடிமையாக்க திட்டமிட்டு பிற மாதுக்களை நாடி கட்டிய மனைவியை உள்ளத்தால் வதைத்தான். நம்பிக்கையிழக்க வைத்தான். ஆதிக்கம் மேலோங்கி ஒரு கட்டத்தில் கொடூரமாய் அவளைக் கொன்றான்.

பழிதீர்க்க வேண்டி நான் பேயாய் பிறப்பெடுத்திடக் காரணமானான். எனதிந்தக்கைகளாலேயே இறந்தும் போனான். போதாக்குறைக்கு அவனுக்குக் கொடுத்த வாக்கிற்காக எழுபது வேளாளர்கள் தீயில் விழுந்து இறந்த அதிபாவத்தையும் என்னுடையதென்றாக்கினான். நான் வேறென்ன செய்ய முடியும்? பாவங்கள் கரைத்திட யட்சியாகவே அலைந்து திரியவா அல்லது என் தேவனே நான் உனக்கான தவத்தை தொடரவா? எத்தனை காலம் மழையிலும் வெயிலிலும் இக்காட்டில் தனித்திருந்து யாசித்தேன் இரங்கி என் கரம் பற்றிட மாட்டாயா?’

நீலி அழுதபடி கண்ணீரால் தன் தேவனுடன் உரையாடினாள். இடைக்கிடையே தேம்பியபடி அவரது உருவச்சிலையின் பரிபூரணத்தை உணர்ந்தாள்.

காற்று விசிறியடிக்கத் தொடங்கியது. காய்ந்த இலைச் சருகுகள் அந்தரத்தில் மிதந்தன. ஊதாநிறப் பூக்களின் சுகந்தம் அவ்விடத்தை

நிரப்பியது. அகண்ட அவ்வெளியில் பரவியிருந்த இருள் மெல்ல விலகி சுற்றிலும் பிரகாசிக்கத் தொடங்கியது. இதுவரை கண்டிராத சிறு பறவைகள் தம் செந்நிறச் சிறகை விரித்தபடி வானெங்கும் ஆர்ப்பரித்தன.

நினைவுக்கெட்டாத சம்பவங்களைக் காட்சியாக்கிப் பார்க்கத் தெரிந்த பாக்கியசாலியாக தன்னை மாற்றிக்கொண்டு அழிவற்றவைகளையும் சிலிர்ப்பூட்டக்கூடியவைகளையும் தோற்றம் கொள்ளச் செய்ய நீலி முயற்சித்தாள். தேவனின் உரையாடலூடாக பரமரகசியத்தின் உச்சம் கண்டு மீண்டும் நிகழ்காலத்திற்கு வருவதற்கு அவளுக்கு முடிந்தது.

'எழுபது வேளாளர்கள் தீயில் விழுந்து மடிய காரணமான பாவத்தை சுமப்பவள் நீ'

'வணிகனுக்கு கொடுத்த வாக்கை காப்பாற்றிட அவ்வேளாளர் தம் உயிரை மாய்த்துக்கொண்டனரே தவிர்த்து நானெங்கனம் அதற்கு காரணமாவேன்?

'வணிகனை பழி தீர்க்க அலைந்த நீ அவனுக்கு உதவ முன்வந்த வேளாளர்கள் பற்றியும் யோசித்திருக்க வேண்டும். கூடவே தன்னலமற்று வணிகனுக்காக தம் உயிரை பணயம் வைத்து உன்னிடம் வணிகனை அனுப்பிய அவர்களுக்காக நீ இரங்கியிருக்க வேண்டும்.'

'அதற்காகத்தானே தனித்திருந்து இக்காட்டில் சபிக்கப்பட்டவளாய் அலைகழிகிறேன். இனியுமா என்னை தண்டிக்க வேண்டும்?'

'நீலி நான் ஒன்றை தெரிந்துகொள்ள விரும்புகிறேன்'

'கேளுங்கள் தேவனே'

'உனது கர்மாவின் பாவங்களை போக்க நீ தவமிருப்பதில் தவறில்லை. எதற்காக என்னை துணையாக அடைய நினைக்கிறாய்?'

'சொல்லித்தான் தெரிய வேண்டுமா என்ன? சாதாரணமாகவே பெண்பிறப்பென்பது அளவற்ற சக்திகளையும் ஆற்றல்களையும் தம்மகத்தே கொண்ட பிறப்பென்பது நீங்கள் அறிந்ததுதானே. அதிலும் எனையொத்த ஒரு பெண் ஆடவனினொருவனின் அதிகாரத்திற்குள் அடங்க வேண்டுமென்பதற்காக வரிசையாக இழப்புக்களைக் காண நேரிட்டால்...? நாளாந்தம் அனுபவித்த சித்திரவதைகளுக்கு தனது ஆற்றல்களை அடக்க வேண்டுமென்ற ஒரு ஆணின் எண்ணமே தலையாய காரணம் என்பது தெரிந்து விட்டால்...? அவள் தன்னிலும் சக்தி மிக்க ஒரு ஆடவனை துணையாய் கொண்டிருக்கலாம் என எண்ணுவது இயல்பு தானே?

‘இது சூழ்நிலையினாலான முடிவு அல்லது ஆசை. ஆனால் என்னை ஏன் எப்போதுமாய் உச்சரித்து வேண்டிக்கொண்டிருந்தாய்?’

‘தேவனே... ஒரு பெண் தனது வாழ்வில் துணையாக கொள்ளுமொருவர் பற்றிய கனவுகளை பல வருடகாலங்கள் தமக்குள் சுமக்கிறாள். அது பொய்யாய் போனதா இல்லை சரிதானாவென்பதை வாழ்க்கையின் பாதி தூரத்தை கடந்த பின்னரேயே உணர்கிறாள். உணர்ந்தென்ன பயன்? அத்தருணம் அவள் வாழ்வின் பிடிக்குள் இறுக்கமாய் பின்னப்பட்ட சந்தர்ப்பமாய்.... வெளியேற முடியா துடிப்புடனானதாய்த்தான் அனேகமாய் அமைந்து விட்டிருக்கிறது. என்ன...! அவள் அதனை வெளிக்காட்டத் துணிவதில்லை.’

இறைவனின் மௌனம் கண்டு நீலி தானே மீண்டும் தொடர்ந்தாள்.

‘உங்களுக்கு தெரியாதது இல்லை தேவனே. தன்னை ஒரு ஆடவன் அடக்கியாள்வதை வேண்டுமானால் ஒரு பெண் விரும்பாமலிருக்கலாம். ஆனால் தன்னை அவன் வியக்கும் ஆளுமையுடன் எதிர்கொள்ள வேண்டுமென விரும்புதல் அவளது மிக இயல்பான விருப்பமாகத்தான் இருக்கமுடியுமல்லவா? அப்படியான ஒரு துணையுடன் ஒருசில மணிநேரம் வாழ்ந்து மடிதல் கூட எல்லையற்ற இன்பமாகத்தானே அமையும். அண்டத்தை காக்கும் உங்களின் இந்த அருகாமை சிலபொழுதேயாயினும் என் தவத்தின் உச்சப்பயனே இதுதானென இதோ நான் பேருவகை கொண்டு பேசுகிறேனே இதனைப்போலவே.’

‘ஆக ஒரு பெண்ணுடன் வாழத்தலைப்படும் ஒவ்வொரு ஆணும் பெரும் ஆளுமையுடையவனாகத்தான் இருந்திட வேண்டும் என்கிறாயா?’

‘நிச்சயமாக இல்லை தேவனே. தன்னை பற்றி அறிந்து கொண்டிருக்கிற ஒருவன் தனக்கு மிஞ்சிய துணையை வலிந்து சொந்தமாக்கிக் கொள்ளல் தவறு என்கிறேன். அவள் தன்னை மீறி செயற்படுவாளோ எனுமச்சத்தில் அவளை நாளாந்தம் வார்த்தைகளால் பலவீனப்படுத்துதலை தவறென்கிறேன்.’

‘நீலி இது ஒருவகையில் அவரவர்களுக்கான கர்மாவின் பயனென்பது தானே உண்மை.’

‘உண்மையாக இருக்கலாம் தேவனே. ஆனால் பெண்களுக்கான ஆண்டவனின் பாரபட்சம் என்றுதான் நான் இதனைக் கொள்கிறேன். தனக்குரிய துணை தக்கதுதானா என ஒரு பெண் பரீட்சித்துக் கொள்ளும் மனநிலை பொதுவாக ஏற்றுக்கொள்ளப்படின் பொருந்தா துணையுடன் வாழும் பெண்களின் எண்ணிக்கை குறைவடையும் என நான் கருதுவது தவறாகுமா தேவா?’

‘உனது கருத்துக்கள் சரியென்றே கொள்வோமே... இப்போது உனதான விருப்பம் தான் என்ன?’

‘தேவனே வேறென்ன வேண்டும்? இந்நொடியில் சர்வமும் மறந்து மனதிலுள்ள குறைகளெல்லாம் இதுதானென சொல்லி முடித்தேனே... துணையொன்று தனக்குத்தரும் அதிகூடிய பாதுகாப்புணர்வை அனுபவித்தேனே... மேனி சிலிர்ப்புற்று உள்ளம் நடுநடுங்க உன் திருவுருவம் கண்டு பூரித்தேனே... இதுதானே தேவா நான் வேண்டியது. என்னை மீண்டும் ஒரு பிறவிகாணா வரம் தந்து காத்தருள வேண்டும் ஐயனே.’

நீலி நிலத்தில் விழுந்து வணங்கினாள்.

காற்று சுழன்றடித்தது. ஒரு இலவம் மரத்து காய்கள் வெடிப்புற்று பஞ்சு மொத்தமும் துகள்களாகி பறக்கத்தொடங்கியிருந்தன. சிறிது தூரம் பறந்துசென்ற அவை ஒரு கட்டத்திற்குப்பின் வண்ணத்துப்பூச்சிகளாய் மாறிக்கொண்டன. தேவன் ஒரு அழகான வண்ணத்துப்பூச்சியை கைகளில் ஏந்திக் கொண்டார். அதனை மிருதுவாக ஸ்பரிசித்து மோட்சம் தந்தார்.

அந்த வண்ணத்துப்பூச்சி படபடத்துத் துள்ளியது. தேவனைச் சுற்றிச் சுற்றி பறந்தது. அதியுச்சியில் ஒருதடவை பறந்து பின் சாடாரெனத் தாழ்ந்தது. சிறுநேரம் நிலத்தில் வீழ்ந்து இறந்தாற் போலவே கிடந்தது. பின் மேலெழுந்து பறந்த வண்ணம் மோகம் தீர துங்ஹிந்த காட்டின் வனப்பினை இரசித்தபடி காட்டை நீங்கி மேகக்கூட்டத்துள் உற்சாகமாக மறையத் தொடங்கியது.

மாறுகொடு பழையனூர் நீலிசெய்த

வஞ்சனையால் வணிகனுயி ரிழப்பத்தாங்கள்

கூறியசொற் பிழையாது துணிந்துசெந்தீக்

குழியிலெழு பதுபேரு முழுகிக்கங்கை

யாறணிசெஞ் சடைத்திருவா லங்காட்டப்ப

ரண்டமுற நிமிர்ந்தாடு மடியின்கீழ்மெய்ப்

பேறுபெறும் வேளாளர் பெருமையெம்மாற்

பிறித்தளவிட் டிவளவெனப் பேசலாமோ

(சேக்கிழார் நாயனர் புராணம்)

- வனம் 2021

அல்லிராணி

01

நமுனுகுல மலைத்தொடர்ச்சியின் அகண்டவெளிப் பள்ளத்தாக்கிற்குள் இருந்த அந்தத் தோட்டத்தை அல்லிராணி மிக விரும்பினாள். உலகில் வேறெதையுமே அறியாத தனிமையில் அவளும் உரத்தொலிக்கும் அவள் வீட்டு வானொலி பாடல்களுமென குறுகியதொரு வட்டத்திற்குள் அவள் தன்னை நுழைத்துக் கொண்டிருந்தாள்.

அல்லிராணிக்கு காதுகள் இரண்டும் அவ்வளவாகக் கேட்பதில்லை. எனினும் அதிகாலை ஐந்து மணிக்கெல்லாம் எழுந்து மொத்த லயமும் அதிரும் அளவிற்கு வானொலியை ஒலிக்க விடுவாள். அதன் பேரிரைச்சலானது இடதுப்புற தொரையான் வீட்டுக்கும் வலப்பக்கத்து ரத்தினம் வீட்டுக்கும் நீண்டகாலப் பெருந்தொந்தரவைத் தந்திருந்தது.

தொரையானின் மனைவி ஆனமட்டும் சத்தமிட்டு அல்லிராணியை அசிங்கப்படுத்தித் திட்டுவாள்.

“செவிடி... செவிடி.... செவிட்டு முண்டம் காலங்காத்தாலேயே உசுர வாங்குது' என்றவாறே தனது விடியலைத் தொடங்க அவள் பழக்கப்பட்டிருந்தாள்.

'புள்ளைங்க காலயிலேயே எழும்பிகிதுங்க. ஒரு வேலயும் ஓடுதில்ல. அத கொஞ்சம் கொறச்சி வச்சாதான் என்னவாம்' என்று தொங்கல் வீட்டு மணியம் அத்தையும் சொல்லிப் பார்த்தாள்.

'அப்புடியே காது கேட்டு வெளங்கிட்டாலும்... பெரிய தொரசாணி மாதிரில்ல பண்றா' ரத்தினம் வாசலில் வாய் கொப்பளிக்கும் போதே கத்துவான்.

யார் எதை ஓதினாலும் அன்றாடம் அல்லிராணி வீட்டில் வானொலி ஒலித்தபடியேதான் இருந்தது. என்றாலுமே காதுகள் கேளாத அல்லிராணி ஏன் இப்படிச் செய்கிறாள் என்பதை மட்டும் யாராலும் விளங்கிக் கொள்ளவும் இயலாமலிருந்தது.

அல்லிராணி அந்தத் தோட்டத்திலேயே கொஞ்சம் விசேஷமானவள் என்பதை எல்லோரும் ஒத்துக் கொண்டார்கள். அவளுக்கு முன் விவாகரத்து எனுமொரு சம்பவம் அந்தத் தோட்டத்தில் இருந்ததேயில்லை. அதற்கு யாரும் துணிந்தது கூட இல்லை. முதல் தடவையாக ராமமூர்த்தியை கோர்ட்கேஸ் என்று அலைய வைத்து வெற்றி கண்டவள் எனும் வகையில் அல்லிராணி மீதான பயம் அனேகருக்குள் இருந்தது.

அல்லிராணி பார்ப்பதற்கு உயரமாகவும் அளவான உடற்கட்டுடனும் இருப்பாள். ராமமூர்த்தியை விவாகரத்து செய்திருந்தாலும் அவனது சேட்டுகளைச் சொந்தமாக்கிக்கொண்டு சேட்டும் பாவாடையும் பாவாடைக்கு மேல் இடுப்பைச்சுற்றிக் கட்டப்பட்டிருக்கும் ஒரு குட்டை படங்கும் என்று வேகமாக நடப்பாள். தனக்கு முன்பின் நடப்பவர்களைப் பற்றி அவள் எப்பொழுதும் யோசிப்பதில்லை. மட்டக்கம்பை ஒரு கையில் கிடையாகப் பிடித்து அசைத்தபடி தன்னிடம் எதிர்படுவோரிடத்து ஒரு மெல்லிய சிரிப்பையும் அலட்சியப் பார்வையையும் உதிர்த்துவிட்டு யாரையென்றாலும் வெகு இயல்பாய் கடந்து செல்லக் கூடியவளாக அவள் இருந்தாள்.

அன்று சரியாக ஏழு மணிக்கெல்லாம் வானொலியை அமத்திவிட்டு வீட்டிலிருந்து வெளியேறினாள் அல்லிராணி.

அதற்காகவே காத்திருந்தாற்போல் சரியாக அவள் தன் வாசலைக் கடக்கும் நேரத்தில் அரிசி கழுவிய தண்ணீரை விசிறியெறிந்தாள் ரத்தினத்தின் மனைவி. சிலதுளிகள் தன்மீது படிந்ததையும் கணக்கில் கொள்ளாமல் அல்லிராணி வேகமாக அவ்விடத்தைக் கடந்தாள்.

அடுத்ததாய் மணியம் அத்தை வீடு. அவள் தன் வாசற்கதவை வேண்டுமென்றேத் திறந்து மிக வேகமாக அறைந்து சாத்திக் கொண்டாள்.

அல்லிராணிக்கு இவையெல்லாமும் சுவாரசியத்தைக் கூட்டும் சம்பவங்களாகத்தான் தோன்றினவேயன்றி கோபத்தை ஏற்படுத்தவில்லை. சிரித்தவாறே திரும்பிப் பார்க்காமல் நடந்து அந்த லயத்தைத் தாண்டினாள்.

02

வேலை முடிந்து வரும் கையோடே கிணற்றடியில் கைகால் அலம்பிவிட்டு அல்லது ஒரு குளியல் போட்டுவிட்டு வந்தால் நேரத்தை மிச்சப்படுத்திக் கொள்ளலாமென்று சிலர் துவாயையோ துண்டொன்றையோ தமது கொழுந்து பைக்குள் செருகி பத்திரப்படுத்துவதுண்டு.

தனது பையிலிருந்த கபிலநிறத் துவாயை வெளியிலெடுத்தவாறே அல்லிராணி கிணற்றடியை நெருங்கினாள்.

வழமைக்கு மாறாக கிணற்றடி வெறுமையாய் இருந்தது. குளிக்க வந்தவர்களும் தண்ணீர் எடுக்க வந்தவர்களும் ஒருவர்க்கொருவர் பார்த்துக்கொண்டே நின்றிருந்தார்கள்.

பொதுவாக அல்லிராணி காரணங்கள் தேட முயற்சிப்பதில்லை. தன் கொழுந்துப் பையை ஒருபுறமாய் வைத்துவிட்டு பரபரவென தன் குட்டிப்படங்கை அவிழ்த்து மடித்து வைத்தாள். உடுத்தியிருந்த பாவாடையை மாரளவிற்கு உயர்த்தி கட்டியவாறே சேர்ட்டையும உள்ளாடைகளையும் கழற்றி துவைக்கும் கல்லில் போட்டாள்.

'யாருமே குளிக்காம ஏன் இருக்கணும்?'

அவளைக் குடைந்த வேள்வியை பார்வையால் கேட்டாள்.

'குளிக்க முடியாது அல்லி... தண்ணில எவனோ கசிப்ப கலந்து விட்டுடாய்ங்க'

அல்லிராணியின் முகத்தைப் பார்த்துக்கொண்டு எவ்வளவு வேண்டுமென்றாலும் பேசலாம். உதட்டசைவில் சிறு தடங்களுமின்றி அனைத்திற்கும் பட்பட்டென்று பதிலளிப்பாள்.

'கசிப்பா..? எங்க தள்ளு கசிப்பா இல்லையான்னு நாம்பாக்குறேன்'

வாளியால் அள்ளியெடுத்த நீரை முகர்ந்து தலையை படாரென பின்னிழுத்தாள். வாளியையும் கயிரையும் தனித்தனியேயும் முகர்ந்து பரீட்சித்துப் பார்த்தாள்.

பழகிப்போன அந்த கசிப்பின் மணம் முகத்திலறைந்து விலகியது.

'தண்ணியில தாண்டி கலந்திருக்கு'

'இப்ப எப்புடி குளிக்கிறதாம்?'

காலையில் கதவை அறைந்து சாத்தியதை மறந்துவிட்டு மணியம் அத்தையும் பேசிக்கொண்டிருந்தாள்.

'பைப் தண்ணில வருதோ தெரியலயே'

காட்டுப்பீலியிலிருந்து குழாய்வழியாகக் கிணற்றுக்குள் விழும் நீரில் ஏதேனும் கலந்து விட்டிருக்க வாய்ப்புண்டென்பதையறிந்து மணியம் அத்தை அவ்வாறு சொல்லிக்கொண்டு நின்றாள்.

'காட்டுப்பீலிக்கு ஒரு எட்டு போயிட்டு பாத்துருவமா?'

துவாயை தோளுடன் போர்த்திக்கொண்டு ஆயத்தமானவளாய் அல்லிராணிகேட்டாள்.

குளிக்க வழியற்று வியர்வையோடும் பிசுபிசுப்போடும் களைத்து காத்துக்கொண்டிருந்த ஓரிருவர் அல்லிராணியுடன் சேர்ந்து காட்டுப்பீலியை நோக்கி நடக்கத் தொடங்கினார்கள். இவர்கள் நடந்து போகும்போதே இடையில் அகப்பட்ட சிறுசுகள் சிலதும் சேர்ந்து கொண்டனர்.

எல்லோரும் பேசிக்கொண்டே நடந்தார்கள். முகத்தைப் பார்த்து அவர்கள் பேசுவதைக் கணித்து பதிலளிக்க அல்லிராணிக்கு சங்கடமாயிருந்தது. அவர்களைக் கடந்து முதலாமாளாய் நடந்து கொண்டிருந்தாள். நீரில் முகர்ந்த அந்தக் கசிப்பு மணம் நாசியின் மொத்தக் கலங்களிலும் தொற்றிக் கொண்டதாய் தோன்றியதோடு அது ராமமூர்த்தியின் வேண்டாத ஞாபகங்களையும் கொண்டுவந்திருந்தது.

துர்மணம் மிதமிஞ்சிய இப்படியொரு குடிவகை உண்டென்பதே ஆரம்பத்தில் அல்லிராணிக்கு தெரியாது. ராமமூர்த்தி அந்தக் கருமத்தைக் குடித்துவிட்டு வீட்டிற்குள் நுழைந்த முதலாவது சந்தர்ப்பத்தில் வயிறு குமட்டி குடற்தசைகள் பிய்ந்து அத்தனையும் வாய்வழியாய் வருமென்றே கக்கிக்கக்கித் துப்பினாள்.

ஆனால் அவனிடத்தே அவ்வுணர்வைப் பற்றி விபரித்து பேசித்தீர்க்குமொரு பொழுதாக அது அமைந்திருக்கவில்லை. அத்தோடு அவன் கண்டுப்பிடித்த அந்தப் புதுவகை வெறியை அவளுடலில் ஊர்ந்து மிதந்தவாறேதான் கொண்டாடிக் களிக்கவும் அவன் விரும்பியிருந்தான்.

எப்போதாவது நடுசாமப் பொழுதுகளில் இருளுடன் சேர்ந்து பதுங்கலாய் வீட்டிற்குள் நுழைந்த அந்தக் கசிப்பின் வாடை நாட்பட நாட்பட வீட்டின் அத்தனை மூலையிலும் அப்பி அப்படியே அவனது அதிரும் சிரிப்பில்... ஆடைகளில் கூடவே அவன் புழங்கும் பண்டபாத்திரங்களிலுமாக ஒட்டிக்கொள்ளத் தொடங்கியிருந்தது.

மழைக்கு கசியும் கூரைவழித் திவலைகளிலும் சுவற்றின் ஈரப்பதத்திலும் இன்னும் பின்வாசல் காணிற்குள் தேங்கிக்கிடக்கும் சிலதுளி முத்திரத்திலும் கூட கசிப்பினது அழுகி அவிந்துப்போன மணமொன்று கவிழ்ந்திருந்தது. அது அவ்வீட்டைத் தாண்டி லயத்தையே கவ்விப்பிடித்து திரும்பிய திசையிலெல்லாம் முகத்தில் மோதியடித்தது.

எத்தனைதான் பொறுத்துக் கொள்ள முடியும்?

அடுத்தமுறை குடித்துவிட்டு வரும்போது அவனை ஊதாங்கட்டையால் அடிக்கவே அல்லிராணி திட்டமிட்டிருந்தாள். முடியாமல் போனபோது எண்ணெய்க் கரண்டியை சூடுபண்ணி வைக்க எண்ணினாள். இறுதியில் கையில் கிடைப்பதை விட்டெறிந்து அவனைத் தாக்குவதுதான் புத்திசாலித்தனமென்று முடிவெடுத்தாள்.

சரியாக அவன் வரும் சமயத்தில் தூக்கியடிக்கக் கூடியதான பூச்சாடியையும் மூன்று சிரட்டைகளையும் ஒரு விறகுக்கட்டையையும் எடுத்து தாயார் நிலையில் வைத்துக் காத்திருந்தாள்.

பூச்சாடி திசைமாறி எங்கோ விழுந்தது. சிரட்டையொன்று அவனது முட்டியில் பட்டு உருண்டது. அடுத்ததாகத் தூக்கியடித்த விறகுக்கட்டையின் சிலாம்புகள் அவனது தொடைப்பகுதியில் குத்தி நின்று பின் விழுந்தது.

அடுத்த நொடியே மடித்துக் கட்டப்பட்டிருந்த சாரத்தைத் தாண்டி இரத்தம் வழியத்தொடங்கியதைக் கண்டு அவள் தன் தாக்குதலை நிறுத்திக் கொண்டாள்.

குடிவெறி அவனை வேகமாக இயக்கியது.

'சிறுக்கி முண்ட' என்று அலறினான். வேகமாக எதிர்கொண்டு அல்லிராணியின் முடியைக் கொத்தாகப் பிடித்து அவளை சுவரோடு மோதியடித்தான். அப்படியே தன் பலத்தையெல்லாம் திரட்டி மூன்று அறைகள் விட்டான்.

சுழன்று தடுமாறி ஒருபக்கமாய் விழுந்துக் கிடந்தாள் அல்லிராணி. அவன் தொடர்ச்சியாகவும் ஏதோ பேசுவது போலவேயிருந்தது. 'ஏன் இவன் சத்தமேயில்லாமல் பேசுகிறான்' என்று தோன்றியதே தவிர அவளது காதுகள் இரண்டும் அடைத்து போயிருப்பதை அவள் உணர்ந்திருக்கவில்லை.

சில நொடிகள் கடக்க தாங்கொணா வலியும் சகிக்க முடியா மெல்லிய இரைச்சலும் காதுகளை நிரப்பிக்கொள்ளத் தொடங்கின. விண்விண்ணென இழுத்து கண்ணுக்குத் தெரியா தசைகளிளெல்லாம் வலியெடுக்க ஆரம்பித்திருந்தன.

அன்றைய தினம் தான் அவசரப்பட்டிருக்கக் கூடாதென இப்போதும் அல்லிராணி எண்ணிக் கொண்டாள். ஒரு ஆணின் மொத்த பலத்தையும் அடியாய், உதையாய், அறைகளாய் வாங்கிச் சகிக்கத் தெரிந்த பெண்மனதிற்கு ஊராரின் கேலிப்பேச்சைத் தாங்கும்

திடத்தை ஏன் ஏற்படுத்திக்கொள்ள முடியவில்லையென்பது பற்றி அவள் யோசித்தாள்.

தனக்குக் காதுகள் கேளாமை பற்றி அப்போதும் கூட ஊரில் யாரோ ஒருவர் பேசிக் கொண்டிருப்பதாகவோ அல்லது தன்னை யாரோ சத்தமாக அழைப்பதை கவனியாமல் தான் நடப்பது போலவோ தோன்றிக் கொண்டேயிருந்தது.

நின்று நிதானித்துத் திரும்பிப் பார்த்தாள். யாரும் அழைத்தது போலாய் இருக்கவில்லை.

காட்டுப்பீலி நெருங்குமிடத்தில் பழம்பாசி செடிகளும் ஒட்டுப்புல்லும் பரந்து வளர்ந்திருந்தன. ஆளுயர பாம்புப் புற்றொன்று தன் உயரத்தை அதிகப்படுத்தியிருந்தது. அவர்கள் அதனைத் தாண்டி நகர்ந்தனர். அவ்விடத்தை நெருங்க நெருங்க உயரத்திலிருந்து பீலிநீர் விழுமோசையும் ஏதோவிதமான மருந்து மணமும் காற்றுடன் கலந்துவரத் தொடங்கியதையும் அவதானிக்க முடிந்தது.

அல்லிராணியின் ஆழ்மனது காரணமேயின்றி பதட்டங்கொள்ள ஆரம்பித்தது. காலில் மிதிப்படும் மிலாறு குச்சிகளை கவனியாமல் தேயிலைச் செடிகளின் பொட்டல்களை குறுக்குப் பாதையாக்கி அதனூடு வேகமாக நடந்தாள்.

தனக்குப் பின்னால் வருபவர்கள் இன்னும் தன்னை தொடர்கிறார்களாவென இன்னுமொருமுறை திரும்பிப் பார்த்தாள். ஓரிருவர் குறைந்திருந்தனர். ஒரு எல்லைவரை வந்து பீலி தெரியும் தூரத்தே நின்று உற்று அவதானிக்க முயற்சித்தாள். வெற்று இருளும் அடர்பச்சை நிற பாக்குமர இலைகளின் அசைவுகளுமே தென்பட்டன.

அவ்விடத்துப் பள்ளத்தில் தொடங்கும் கற்படிகளில் பரபரவென இறங்கினாள். அங்குமிங்குமாய் வளர்ந்து நின்ற பாக்கு மரங்களின் உடற்பகுதிகள் நிமிர்ந்து நில்லாமல் சாய்ந்து சரிந்து அவளது பாதையை வளைவு நெளிவுடையதாய் ஆக்கியிருந்தன. வேகமாக இறங்கியோடியவள் அதிலொரு பாக்கு மரத்தின் சாம்பல் வண்ணம் கலந்த தண்டுப்பகுதியை கெட்டியாக பிடித்துத் தன்னை நிறுத்திக் கொண்டாள். கண்கள் மூடி அவ்விடத்தை ஆழமாக நுகர்ந்தாள். கசிப்பைத் தாண்டிய மருந்து நெடியொன்று பரவியிருப்பதை உணர்ந்தாள்.

பின்னால் வந்தவர்கள் படியினின்றும் இறங்கிக் கொள்ளாமல் அல்லிராணியை அவதானித்தவாறே நின்றுகொண்டார்கள்.

அவ்விடத்தே விழுந்துக் கிடந்த பாக்குப்பட்டையொன்றின் பிடிப்பகுதியை முறித்தெடுத்துக் கொண்டாள். அத்தடியினால் கால்களுக்குள் இடைப்பட்ட இலைகுழைகளை பலமாக அடித்தொதுக்கி எதையோ தேடத்தொடங்கியிருந்தாள். சற்று தூரத்தே சாய்ந்து கிடக்கும் பெரிய நீலநிற கசிப்பு பெரல் ஒன்றைக்கண்டு செடிகளை அடித்து விலக்கியபடி அவ்விடத்திற்கருகே சென்றாள்.

முன்னேற முன்னேற மருந்துவாடை பிணவாடையைப் போலாகியது. ஆரம்பத்திலிருந்தே அல்லிராணியிடமிருந்த பதட்டம் பெருக அவள் தீவிரமாய் தேடினாள். அவளது காலடிச் சப்தம் கேட்டு குவியலாய் மொய்த்துக் கொண்டிருந்த ஈக்கள் விலகியோடத் தொடங்கின. அருகில் சென்று பார்த்தவள் அப்படியே உடல் நடுங்க சிறிதுநேரம் பார்த்துக் கொண்டேயிருந்தாள்.

03

ராமமூர்த்தியின் மரணம் கொலையென்பதாய் சந்தேகிக்கப்பட்டது.

ராமமூர்த்தியின் உடலின் மீது க்ரமொஸ்ஸொன் வாசனை வந்ததாலும் அப்பகுதியெங்குமாய் அந்த கிருமிநாசினி தெளிக்கப்பட்டோ அவனது மேனியெங்கும் ஊற்றப்பட்டோ இருந்தமையாலும் தோட்டத்தில் மருந்தடிக்கும் வேலைக்கு பொறுப்பாகவிருந்த வாப்பலம் சந்தேக நபராய் மாட்டிக் கொண்டிருந்தான்.

ராமமூர்த்தியைக் கட்டாயப்படுத்தி யாரோ க்ரமொஸ்ஸொன் மருந்தைப் பருக்கியிருப்பதாகவும் அதன் விஷத்தன்மையாலேயே அவன் இறந்ததாயும் ஊரார் பேசிக்கொண்டார்கள். உடல் முழுதும் அப்படியே கறுத்து எரிந்துபோனாற் போல அவன் கிடந்ததாய் கூறி கவலை கொண்டார்கள்.

அல்லிராணியிடமும் விசாரணை நடந்தது.

கிட்டத்தட்ட அவளை ஒரு கொலைகாரியாகவே தீர்மானித்து போலிஸ் அதிகாரியொருவன் அவளிடமிருந்து உண்மைகளை வரவழைக்க திமிறிக் கொண்டிருந்தான்.

சிங்கள மொழியின் கெட்ட வார்த்தைகளையும் அவன் விசாரணையின் போது பயன்படுத்தினான்.

மிகச்சிறு அளவில் தனக்கிருப்பதான கேட்டல் திறனையும் அவ்வதிகாரியின் உதட்டசைவையும் வைத்து அல்லிராணி பதிலளித்தாள்.

'தமுசே எய் மாஹத்தியாவ டிவோஸ் கறே?'

விவாகரத்திற்கான உண்மையான காரணத்தை வெளியே சொல்ல முடிந்திருந்தால் எப்போதோ சொல்லியிருக்கலாமே. வழமை போலவே அவன் குடித்துவிட்டு அடித்ததாய் கூறினாள். அது மட்டுமே காரணமென்றாள்.

'தோட்டத்தில் உள்ள முக்கால்வாசிப் பெண்களது பிரச்சினையிது. நீ மட்டும் எதற்கடி விவாகரத்து செய்தாய்?'

அல்லிராணி எவ்வளவு சொல்லியும் அவன் ஒத்துக்கொள்வதாய் இல்லை.

'உனக்கும் வாப்பலத்திற்கும் என்ன தொடர்பு? அவனை எங்கே சந்திக்கிறாய்? வீட்டில் சத்தமாக ரேடியோ ஒலிக்கவைத்துவிட்டு உள்ளே என்ன செய்து கொண்டிருக்கிறாய்?

அவன் ஏதோவெல்லாம் கேட்கத் தொடங்கியிருந்தான்.

'இருவருமாய் சேர்ந்துதான் ராமமூர்த்தியை கொல்ல திட்டமிட்டீர்களோ?'

'கியப்பங் பெல்லி... எத்த கியப்பங்' என்று குரலை உயர்த்தி கையை சுவரில் பலமாகத் தட்டினான்.

அவளிடமிருந்த தைரியத்தை சூழ்நிலை கொஞ்சங்கொஞ்சமாக கரைத்துக் கொண்டிருந்தது.

விசாரணையில் அல்லிராணியிடமிருந்து உண்மை வரவில்லை எனத் தீர்மானித்தார்கள். அவளை போலிஸ் ஸ்டேசனில் வைத்து விசாரிக்க வேண்டுமென்பதாய் முடிவெடுத்து இரண்டு பெண்ணதிகாரிகள் வந்து அல்லிராணியை அழைத்துப் போனார்கள்.

இத்தனை காலமாய் ஊரில் திமிருடன் வலம் வந்த பெண்ணா இப்படி உடைந்து பதறுகிறாள் என்பதில் ஊராருக்கு பெரும் வியப்பு.

அவளை போலிஸ்காரர்கள் அடிப்பார்கள் என்றுதான் தோன்றியது. பாடலொலி இல்லாத அவளது வீடு வெறுமையடைந்து லயத்தையே சோர்வாக்கியிருந்தது. பூட்டப்பட்டிருந்த கதவுகளையே வெறித்தபடி அவளைப் பற்றி ஒவ்வொரு விதமாகப் பேசிக்கொண்டார்கள்.

04

ஒரு பெண் போலிஸ் அல்லிராணியை தனியாக விசாரிக்கத் தொடங்கியிருந்தாள். தனது விவாகரத்திற்கான காரணத்தை

முன்னுக்குப்பின் முரணாக சற்றே மாற்றி சொல்லியமையால் அல்லிராணி மீதான சந்தேகம் வலுவாகியது.

அல்லிராணி அழுதும் பார்த்தாள். தன் நடத்தை கேள்விக்குள்ளாக்கப்படுவதை அவள் விரும்பவில்லை. வாப்பலத்துடன் தனக்கு எதுவிதமான உறவுமில்லையென எல்லா வகையிலும் சொல்லி இறுதியில் இன்னுமே ராமமூர்த்தி கட்டிய தாலியை தான் பாதுகாப்பதாய் வெளியே இழுத்துக் காட்டினாள்.

‘தாலியை பாதுகாக்கும் நீ புருசனை வேண்டாமென சொல்லியிருக்கிறாயென்றால் அதற்கு நிச்சயமாய் வேறேதும் காரணங்கள் இருக்கும். சொல்லு அதை சொல்லு’

அப்போது வேறிரு போலிஸ் அதிகாரிகள் உள்ளே நுழைந்து ‘என்ன கேஸ்?’ என்றார்கள்.

‘புருசனை கொன்றுவிட்டு நடிக்கிறாள்’ என்று அந்தப் பெண் போலிஸ் சொல்லிக்கொண்டே அல்லிராணியை முறைத்துப் பார்த்தாள்.

‘காரணம்?’

‘வேறென்ன...?’

அவர்கள் சத்தமாகச் சேர்ந்து சிரித்தார்கள். அல்லிராணிக்கு வார்த்தைகளே வரவில்லை. தொண்டையடைத்துப்போய் வறண்டிருந்தது. தண்ணீர் குடிக்க வேண்டும் போலவும். ஆனால் அவர்களிடம் கேட்கும் துணிச்சல் இருக்கவில்லை. அவர்கள் அல்லிராணியை கொலைகாரியாய் கருதியே பேசிக்கொண்டிருந்தார்கள்.

வாப்பலமும் விசாரணைக்கு அழைக்கப்பட்டிருந்தான். அவனுடன் தோட்டத்தில் மருந்தடிக்கும் வேலை செய்யக்கூடிய இன்னும் சிலரும் வந்திருந்தார்கள்.

முதன்முதலில் விசாரித்த அந்தப் போலிஸ் எல்லா ஆண்களுடனும் அல்லிராணியை இணைத்துப் பார்த்து ஒரு விபச்சாரியாகவே அவளை மாற்றிக் கொண்டிருந்தான். இன்னும் சிறிது நேரத்திற்கு இவர்களுக்கு பதிலளித்தால் தன் நடத்தையில் தனக்கே சந்தேகம் வந்துவிடுமாப் போலிருந்தது.

அல்லிராணி நொந்து போயிருந்தாள். அவளுடைய திமிர், வீராப்பு, நம்பிக்கை எல்லாமே காணாமல் போய்க்கொண்டிருந்தது. யாருமேயற்ற அநாதையைப் போலுணர்ந்தாள்.

திடீரென 'உண்மையை சொல்லி விடுகிறேன்' என்றாள். அவளது முகம் பயத்தாலும் பதட்டத்தாலும் விகாரமடைந்தாற் போலிருந்தது.

அவசரமாக அந்த அதிகாரி 'ஏன் உனக்கு விவாகரத்து தேவைப்பட்டது?' என்றார்.

அல்லிராணி எச்சில் விழுங்கியபடி தயங்கித் தயங்கிச் சொல்லத் தொடங்கினாள்.

'ராமமூர்த்தி ஒரு குடிகாரனாய் இருந்தான். ஆரம்பத்தில் குடித்த அளவை விட நாளுக்கு நாள் அவன் குடித்த அளவும் அவனது மூர்க்கத்தனமும் அதிகரித்தவாறே சென்றது. சாதாரணமாக குடித்து சண்டையிட்டு சமாதானமாகும் ஒருவனாக அவன் இருக்கவில்லை. மிகவும் விசித்திரமாக நடந்துகொள்ள ஆரம்பித்திருந்தான்.'

அல்லிராணி சொல்வதை ஒரு போலிஸ் எழுதிக் கொண்டாள்.

'ம்ம்... சொல்லு என்ன விசித்திரமாக நடந்து கொண்டான்.?'

'எனக்கு ஆரம்பத்திலிருந்தே கசிப்பின் மணம் பிடிக்கவேயில்லை. கசிப்புடன் வரும் அவனையும் வெறுக்க ஆரம்பித்திருந்தேன். ஆனால் குடித்த பின்னர்தான் அவனுக்கு நான் அதிகமாக தேவையுடையவளாகியிருந்தேன். என்னுடன் பலவந்தமாக உறவு வைத்துக்கொள்ள ஆரம்பித்தான். மறுக்கும் போதெல்லாம் அடித்தான்.'

'பிறகு'

அல்லிராணியின் குரல் இப்போது மெல்லிய நடுக்கம்கொண்டதாய் மாறியிருந்தது.

'தொடர்ச்சியாக சிலதினங்களில் கசிப்பை வீட்டுக்கு கொண்டுவர ஆரம்பித்து உறவின் போது இடைக்கிடையே குடித்துக்கொண்டான். அவ்வாறு குடிக்கும்போது என்மீது சிதறிய துளிகளை வெறிகொண்டு நாவினால் வழித்தெடுத்துக் குடித்தான். அது அவனுக்கு புதுவித போதையை உருவாக்கியிருக்க வேண்டும். எனவே ஒரு பைத்தியத்தை போல் என்னவெல்லாமோ செய்து என்னை வதைக்கத் தொடங்கினான்.'

அவர்கள் ஒருவரையொருவர் பார்த்துக் கொண்டார்கள்.

'அவன் புதுவிதமான உறவுமுறைகளையும் கசிப்பின் சுவையினையும் கலந்து அனுபவிக்க பழகினான். அடுத்தகட்டமாக எனது ஆடைகளை பலவந்தமாக பிய்த்தெறிந்து வேண்டுமென்றே

முகம் கழுத்து வயிறு என்றெல்லாம் ஒவ்வொரு அங்கமாக கசிப்பால் நனைத்து அதனை உறிஞ்சிக் குடித்தான்.'

எழுதிக்கொண்டிருந்தவள் அதிர்ச்சியுடன் எழுதுவதை நிறுத்திவிட்டு அல்லிராணியைப் பார்த்தாள்.

'நான் அருவருப்பில் வெந்து தடுமாறுவேன். ஏற்கவும் முடியாமல் தடுக்கவும் திராணியில்லாமல் அவனாக போதை முற்றி என்னை விடுவிக்கும் வரை அசையாமல் மூர்ச்சித்துக் கிடப்பேன். அப்போதெல்லாம் அந்த மணத்தின் குமட்டலையும் அவன் மீதான வெறுப்பையும் அனுசரிப்பதைவிட இறப்பது மேல் என்று மட்டுமே எண்ணிக்கொள்வேன்'

அவர்கள் எதுவுமே பேசவில்லை. அல்லிராணியை மேலே பேசவிட்டார்கள்.

'ஒருநாள் ... அந்த நாளை என்னால் மறக்கவே முடியாது. கசிப்பை எனது வாயில் கட்டாயப்படுத்தி ஊற்றி என்னிலும் போதையிருக்க வேண்டுமென விரும்பியவனாய் இயங்கிக் கொண்டிருந்தான். அடுத்ததாய் எனது பிறப்புறுப்பில் கசிப்பை ஊற்றி அதனை குடிக்க எத்தனித்தான். நான் கத்தியலறினேன். என்னைமீறி அவனை எத்தித்தள்ள முயற்சித்தேன்'

சற்று இடைவெளிவிட்டு கண்களை தனது கையிலிருந்த துவாயால் துடைத்துக் கொண்டாள். அவ்விடம் நிசப்தமாகியிருந்து.

'பக்கத்து வீட்டில் உள்ளவர்கள் சத்தம் கேட்டு வந்து கதவைத்தட்டி விசாரித்தபோது நான் அவனை உறவு வைத்துக்கொள்ள அழைத்துக் கத்திக் கொண்டிருப்பதாய் அவர்களிடம் பொய் சொன்னான். அவர்கள் காறி உமிழ்ந்துவிட்டு என்னை கெட்ட வார்த்தையால் ஏசியபடியே சென்றார்கள்.'

'பிறகு'

'இதிலிருந்து தப்பிக்க வழி தெரியாமல் யாரிடம் உதவி கேட்பதென தடுமாறி... எப்படியோ யோசித்து இறுதியில் ராதிகா டீச்சரின் உதவியுடன்தான் விவாகரத்து பெறவும் முயற்சித்தேன்.'

'ராதிகா டீச்சர் யார்?'

'எங்கள் தோட்டப் பாடசாலையின் அதிபர்'

அவர்கள் ராதிகா டீச்சரின் பெயரையும் குறித்துக் கொண்டார்கள்.

'விவாகரத்து பெற்ற பின்னரும் அதிகாலையில், இரவுகளில் என்று

அவன் உனது வீட்டை தட்டிக் கொண்டிருப்பானாமே அது உண்மையா?'

அவன் வரும்போதெல்லாம் அல்லது கதவை தட்டுவது பற்றி அறியும்போதெல்லாம் கோபமும் பயமும் சேர்ந்ததான உணர்வும் தனது தனிமையும் இறப்பின் நுனிவரை இழுத்து தன்னை அலைகழித்த அந்த உணர்வை அவளால் சொல்லிக்கொள்ள முடியாமலிருந்து.

அதனை நினைக்கும் போதே உடல் நடுங்குவது போலவும் சிலிர்த்தடங்குவது போலவும் அல்லிராணி பதட்டமடைந்திருந்தாள். முகம் வியர்த்திருந்தது.

அவர்கள் மீண்டும் கேட்டார்கள்.

'அதிகாலையிலும் இரவுகளிலும் உன் வீட்டை தட்டிக் கொண்டிருப்பானாமே அது உண்மையா?'

அவள் ஆமாமென்பதாய் தலையாட்டினாள். அதனைத் தவிர்க்கவே தான் சத்தமாக ரேடியோவை ஒலிக்கவிட்டதாய் கூறினாள்.

அத்தனை நேரமும் அல்லிராணியை அவதானித்துக் கொண்டிருந்த ஒரு மேலதிகாரி சட்டென தன் இருக்கையிலிருந்து எழுந்து அவ்விடத்திற்கு வந்தார்.

'நவத்தன்ன... மெயாவ யவலாதாலா மங் கியன தே கரன்ன' என்று கட்டளையிடுவதைப் போல சத்தமாகக் கூறி அவள் பேசிக்கொண்டிருப்பதை இடைநிறுத்தினார்.

'ஊவ மரலா நெமெய்... புச்சலா தாண்ட திப்பே' என்று மிகுந்த ஆத்திரத்துடன் அவர் சொல்லிக்கொள்வதை அல்லிராணியால் ஊகிக்க முடிந்தது.

அதுவரை எழுதிய வாக்குமூலத்தின் இறுதிப்பகுதியை காட்டி அல்லிராணியை கையொப்பமிடச் சொன்னார்கள். வாப்பலத்திடம் வாக்குமூலம் பெற்ற பின்னர் அல்லிராணியை அனுப்பலாம் எனப் பேசிக்கொண்டார்கள்.

அல்லிராணி குடிப்பதற்கு தண்ணீர் கேட்டாள். போலிஸ் ஸ்டேசனுக்கு வெளியே ஓரமாய் தெரிந்த குழாயைக் காட்டினார்கள். அவள் குழாயைத் திறந்து கைகளால் ஏந்தியபடி நீரருந்தினாள். முகத்தை தேய்த்துக் கழுவி துவாயால் துடைத்துக்கொண்டு மீண்டும் வந்து அதே இடத்திலேயே அமர்ந்தாள்.

வாப்பலத்திடம் விசாரணை தொடங்கியிருந்தது. அவன் சோர்ந்து போயிருந்தான்.

'அன்றைய தினம் நீதான் க்ரமொஸ்ஸொன் கிருமிநாசினியை தோட்டத்திலிருந்து பெற்று மற்றைய தொழிலாளர்களுக்கு விநியோகித்திருக்கிறாய். மிகுதியை நீ ஒப்படைக்கவில்லையென தோட்ட நிர்வாகிகள் கூறுவதிலிருந்து உன்மீதான சந்தேகமே அதிகமாக இருக்கிறது. சொல். ஏன் அவனை கொலை செய்தாய்?'

வாப்பலத்திற்கு சிங்களம் தெரியவில்லை. அவன் தமிழிலேயே பதிலளித்தான். கேள்விகளையும் பதில்களையும் தமிழிலிலும் சிங்களத்திலுமாய் மொழிபெயர்க்க இருமொழிகளிலும் தனக்குப் பரிச்சயம் உண்டென காட்டிக்கொண்ட ஒரு போலீஸ் ஓரளவு அர்த்தம்பட மொழிப்பெயர்த்துக் கொண்டிருந்தான்.

'அன்னிக்கு மிச்சப்பட்ட மருந்து கேன் காணாம போயிருச்சுங்க. அத அன்னைக்கே கங்காணிகிட்ட சொல்லிட்டேனுங்க' என்றான்.

'உன்னுடன் அன்று வேறு யார் யாரெல்லாம் வேலை செய்தார்கள்?'

வாப்பலம் நன்கு யோசித்து அனறைய தினத்தை நினைவிற்கு கொண்டு வந்தான்.

அன்றைய தினம் பக்கத்து மலையில் வேலை செய்த அல்லிராணி சம்பந்தமே இல்லாமல் அந்தப் பாதையில் நடந்து சென்றதை ஞாபகப்படுத்த முடிந்தது. ஆனால் அதனைச் சொல்ல அவனுக்கு விருப்பமிருக்கவில்லை. அவள் வேறு காரணத்திற்காகவும் வந்திருக்க முடியுமெனத் தோன்றியதுடன் அவளைப் பார்க்கவும் மிகப் பரிதாபமாகத் தெரிந்தாள்.

அதனைத் தவிர்த்துவிட்டு அவன் யோசித்தான்.

குறிப்பிட்ட அத்தினத்தன்று வேலையிலிருந்த ஆண்களின் பெயர்களையெல்லாம் வரிசையாகச் சொன்னான்.

தொடர்ச்சியாக வந்திருந்த வேறு சிலரிடமும் விசாரணைகள் நடந்தன. சிறிது நேரத்திற்குள் அவர்கள் அனைவரையும் போகும்படி சொன்னார்கள்.

அல்லிராணி மௌனமாக அவ்விடத்திலிருந்து எழுந்தாள். தன்னை விடுவித்து அனுப்பிவிடும்படி சொன்ன அதிகாரியை ஒரு தடவை நிமிர்ந்துப் பார்த்துக் கொண்டாள்.

எப்போதோ இறந்து போயிருந்த தன் தந்தையின் சாயல் அவரது

முகத்தில் தென்படுகிறதாவென யோசித்தவாறே அங்கிருந்து வெளியேறினாள்.

'தமுசே எய் மாஹத்தியாவ டிவோஸ் கறே?' - நீ ஏன் உன் கணவனை விவாகரத்துச் செய்தாய்?

'கியப்பங் பெல்லி... எத்த கியப்பங்' - சொல்லு நாயே... உண்மையை சொல்லு

'நவத்தன்ன... மெயாவ யவலாதாலா மங் கியன தே கரன்ன' - நிறுத்துங்கள். இவளை அனுப்பிவிட்டு நான் சொல்வதை செய்யுங்கள்.

'ஊவ மரலா நெமெய்... புச்சலா தாண்ட திப்பே' - அவனை கொன்றல்ல... எரித்துப் போட்டிருக்க வேண்டும்.

★★★